चला जाणून घेऊ या!

अस्थमा

मूळ इंग्रजी लेखिका
डॉ. सावित्री रामय्या

अनुवाद
डॉ. मुग्धा गोखले

मेहता पब्लिशिंग हाऊस

All You Wanted To Know About **ASTHAMA**

Edited by Dr. Savitri Ramaiah

Originally Publised by Sterling Publishers Pvt.Ltd., New Delhi

Translated in Marathi Language by Dr. Mugdha Gokhale

चला जाणून घेऊ या! अस्थमा

अनुवाद : डॉ. मुग्धा गोखले, डी-३, कलाकुंज सोसायटी, लेन नं.६, डहाणूकर कॉलनी, कोथरूड, पुणे - ४११०२९.

मराठी अनुवाद व प्रकाशनाचे हक्क मेहता पब्लिशिंग हाऊस, पुणे.

प्रकाशक : सुनील अनिल मेहता, मेहता पब्लिशिंग हाऊस, १९४१, सदाशिव पेठ, माडीवाले कॉलनी, पुणे - ३०.

मुद्रक : मुद्रा, ३८३, नारायण पेठ, पुणे - ४११०३०.

मुखपृष्ठ : यशोधन लोवलेकर

प्रथमावृत्ती : फेब्रुवारी, २०१२ / पुनर्मुद्रण : मे, २०१७

किंमत : ₹ ७०

P Book ISBN 9788184983401

प्रस्तावना

अस्थमा ही संपूर्ण जगातील लाखो लोकांना सतावणारी प्रमुख आरोग्यविषयक समस्या आहे. अस्थमाच्या रुग्णांना इतरांसारखे सर्वसाधारण, कार्यक्षम आयुष्य व्यतीत करणे फारसे शक्य होऊ शकत नाही. वैद्यकीय क्षेत्रात आता खूप प्रगती झालेली आहे, त्यामुळे अस्थम्याच्या रुग्णांना आता त्यांना अशक्त करणाऱ्या अस्थम्याच्या लक्षणांवर नियंत्रण ठेवणे शक्य झाले आहे. अस्थम्याचा कोणताही रुग्ण आता इतरांप्रमाणे सर्वसाधारण आयुष्य व्यतीत करू शकतो; अर्थात यासाठी योग्य आणि नियमित उपचार घेणे अत्यावश्यक आहे.

अस्थम्याचे निदान लवकर झाले आणि त्यानंतर ताबडतोब योग्य आणि परिणामकारक उपचार सुरू झाले तर फुप्फुसाच्या इतर

गंभीर समस्यांना आळा घालणे शक्य होते. या पुस्तकात अस्थम्याचा शरीरावर होणारा परिणाम, अस्थम्याची कारणे, अस्थम्याच्या अ‍ॅटॅकला प्रतिबंध कसा करावा, अस्थम्याचे व्यवस्थापन कसे करावे (asthma management) इत्यादी मुद्द्यांबद्दल विस्तृत माहिती दिलेली आहे.

या पुस्तकात अस्थम्याबाबत सर्वसाधारण सल्ला (general advice) दिलेला आहे. योग्य डॉक्टरांच्या सल्ल्याशिवाय या पुस्तकातील माहितीचा उपयोग औषधोपचारांसाठी करू नये. डॉक्टरी सल्ल्याशिवाय, आपल्याच मनाने, या पुस्तकातील माहितीचा उपयोग औषधोपचारांसाठी केल्यास आणि त्यामुळे काही समस्या उद्भवल्यास लेखक अथवा प्रकाशक जबाबदार राहणार नाहीत.

अनुक्रम

© +91 020-24476924 / 24460313

Email : info@mehtapublishinghouse.com
production@mehtapublishinghouse.com
sales@mehtapublishinghouse.com

Website : www.mehtapublishinghouse.com

अस्थमा: फुफ्फुसांचा एक विकार

आपली फुफ्फुसे कशाप्रकारे कार्य करतात?

आपल्या श्वसनसंस्थेचे स्वरुप उलट्या केलेल्या झाडासारखे असते. श्वासनलिका (trachea) ही जणू काही झाडाच्या खोडाप्रमाणे असून ती दोन वेगवेगळ्या छोट्या नलिकांमध्ये विभाजित होते. या छोट्या नलिका म्हणजे खोडाला फुटलेल्या फांद्या होत. या छोट्या नलिकांना श्वसनी (Bronchi) असे म्हणतात. या श्वसनी नामक नलिका पुढे अनेक छोट्या छोट्या नलिकांमध्ये विभाजित होतात. त्यांना श्वसनिका (Bronchioles) असे म्हणतात. या श्वसनिका फुफ्फुसातील छोट्या छोट्या वायुकोषांमध्ये उघडतात. हे वायुकोष (alveoli) श्वसनिकांच्या टोकाशी असतात. हे वायुकोष द्राक्षांच्या घोसाप्रमाणे दिसतात. या वायुकोषांभोवती अनेक छोट्या छोट्या रक्तवाहिन्या (capillaries) असतात. साधारणत: फुफ्फुसात सत्तर लाख वायुकोष असतात. प्रत्येक वायुकोष साधारणपणे टाचणीच्या टोकाएवढा (pinhead) असतो. वायुकोषांचे एकूण

पृष्ठफळ (surface area) मात्र खूप जास्त असते. प्रौढ मनुष्याच्या फुप्फुसातील सर्व वायुकोष सरळ करुन पसरुन ठेवले तर, साधारणपणे एखाद्या टेनिसच्या मैदानाएवढे त्याचे क्षेत्रफळ होईल.

फुप्फुसांची संरचना आकृती क्र.१मध्ये दर्शविली आहे.

आकृती क्र.१: फुप्फुसांची संरचना (structure of Lungs)

फुप्फुसे छातीतील हाडांच्या पिंजऱ्यात सुरक्षित असतात. फुप्फुसांच्या खाली 'डायफ्रॅम' (diaphragm) हा स्नायूंचा पडदा असतो. डायफ्रॅमच्या

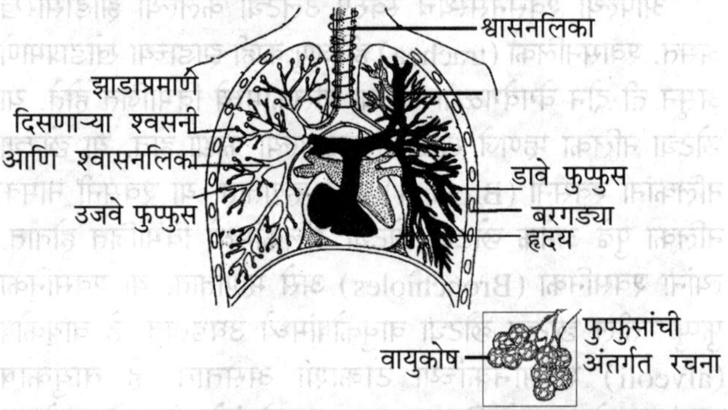

व छातीच्या पिंजऱ्याच्या स्नायूंच्या आकुंचन- प्रसरण क्रियेमुळे श्वासोच्छ्वासाची क्रिया घडून येते. जेव्हा छातीच्या पिंजऱ्याचे (rib-cage) स्नायू आकुंचन पावतात, तेव्हा वरच्या बाजूला आणि

बाह्य दिशेने (outwards) छातीतील बरगड्या खेचल्या जातात. याच वेळेस डायफ्रॅमचे स्नायू आकुंचन पावतात आणि डायफ्रॅमला खालील दिशेने खेचतात, यामुळे छातीतील पोकळी (chest cavity) वाढते. या पोकळीमध्ये बाह्य हवा नाकावाटे शोषून घेतली जाते अथवा ओढून घेतली जाते (Air is sucked inside). छातीच्या पिंजऱ्याचे आणि डायफ्रॅमचे स्नायू जेव्हा प्रसरण पावतात, तेव्हा फुप्फुसे आपल्या पूर्व स्थितीत येतात आणि आत गोळा झालेली हवा बाहेर टाकली जाते.

जेव्हा नाकावाटे श्वास आत घेतला जातो तेव्हा प्राणवायूयुक्त (oxygen) हवा फुप्फुसांमध्ये प्रवेश करते व शेवटी वायुकोषांत प्रवेश करते. वायुकोषांतून ही हवा वायुकोषांभोवती असणाऱ्या छोट्या रक्तवाहिन्यांमध्ये शिरते. रक्तातील लाल पेशी (Red blood cells) हवेतील प्राणवायू (oxygen) शरीरातील इतर पेशींपर्यंत पोहोचवितात. चयापचयाच्या क्रियेसाठी (metabolism) प्राणवायू महत्वाचे इंधन म्हणून उपयोगात आणला जातो. शरीराच्या प्रत्येक पेशीत घडून येणाऱ्या सर्व रासायनिक क्रियांना (chemical reactions) चयापचय असे म्हणतात. चयापचयाच्या क्रियेमुळे शरीराची वाढ होते, ऊर्जा प्राप्त होते; त्याचप्रमाणे टाकाऊ पदार्थांची (waste product) विल्हेवाट लावली जाते. दर मिनिटाला शरीरात लक्षावधी प्रक्रिया घडत असतात व या सर्व रासायनिक प्रक्रियांसाठी प्राणवायूची इंधन म्हणून गरज असते.

या चयापचयाच्या क्रियेदरम्यान प्राणवायूचा कार्बनशी

(carbon) संयोग होतो आणि कार्बन-डाय-ऑक्साईड (carbon dioxide) हा टाकाऊ पदार्थ (waste product) म्हणून तयार होतो. हा टाकाऊ कार्बन डायऑक्साईड रक्तावाटे फुप्फुसांपर्यंत नेला जातो. तेथून तो वायुकोषांत प्रवेश करतो आणि उच्छ्वासाच्या क्रियेदरम्यान तो फुप्फुसांतून बाहेर टाकला जातो.

शरीराच्या प्राणवायूच्या गरजेनुसार मेंदू श्वसनाचा वेग ठरवतो आणि श्वसनाच्या वेगावर नियंत्रण राखतो. व्यायाम करताना अथवा इतर शारीरिक कष्टाची कामे करताना शरीराची प्राणवायूची गरज वाढते, त्यामुळे श्वसनाचा वेग वाढतो. सर्वसाधारण परिस्थितीत (Normal circumstances) अर्धा लिटर हवा नाकावाटे एका वेळेस आत घेतली जाते, परंतु शरीराची प्राणवायूची गरज वाढल्यास साधारणपणे दोन लिटर इतकी हवादेखील आत घेतली जाऊ शकते.

अस्थमा म्हणजे काय?

दमा अथवा अस्थमा या शब्दाचा अर्थ 'श्वसनास त्रास होणे' असा आहे. अस्थम्याच्या रुग्णांना श्वसनास त्रास होतो. छातीत आवळल्यासारखी भावना होते (tightness in chest) आणि घशातून घरघरल्यासारखा आवाज (wheezing) येतो. अस्थमा हा श्वसनसंस्थेचा रोग आहे. या रोगात फुप्फुसांपर्यंत जाणाऱ्या श्वासनलिका अत्याधिक संवेदनशील (oversensitive) होतात, त्यामुळे अस्थम्यास कारणीभूत होणाऱ्या घटकांच्या संपर्कात आल्यानंतर फुप्फुसे व नलिकांना सुज

येते आणि लालीदेखील आढळून येते (Redness). कधीकधी अस्थम्यास कारणीभूत अशा घटकांच्या संपर्कात आल्यानंतर फुप्फुसे अत्याधिक संवेदनशील बनतात, त्यामुळे श्वासनलिका आकुंचित होतात व श्वासनलिकेच्या अंतर्गत त्वचेतून (Inner lining) श्लेष्मल पदार्थ (mucus) पाझरु लागतो. हा श्लेष्मा श्वासमार्गात साठू लागतो, त्यामुळे श्वसनमार्ग अरुंद होतो आणि हवेच्या आतबाहेर येण्याजाण्याला अडथळा निर्माण होऊ लागतो. असे झाल्यामुळे श्वासोच्छ्श्वास करण्यास अवघड जाऊन त्रास होऊ लागतो.

अस्थम्याचा फुप्फुसांवर काय परिणाम होतो?

अस्थम्यामुळे फुप्फुसांना सुज येते आणि श्वसनमार्ग अरुंद होतो. आकृती क्र. २मध्ये श्वसनमार्गात होणारे बदल दर्शविले आहेत.

आकृती क्र. २: सर्वसाधारण आणि सुज आलेल्या श्वसनमार्गाची

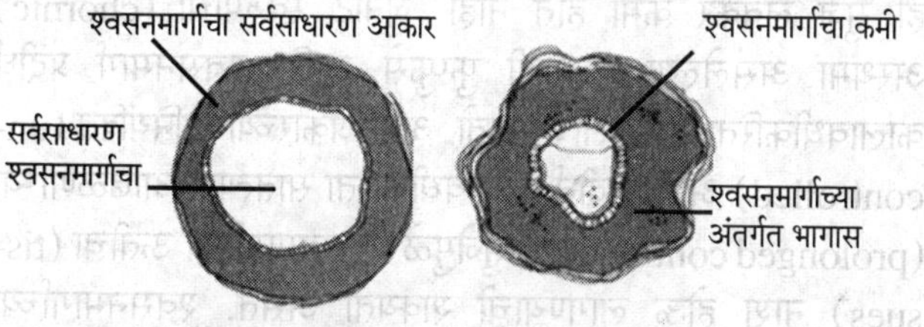

सर्वसाधारण स्नायू **आकुंचित स्नायू**

अंतर्गत रचना-

कोणतीही जखम झाल्यास अथवा जंतुसंसर्ग (infection) झाल्यास त्या भागास सुज येणे ही शरीराची सर्वसाधारण प्रतिक्रिया (Normal reaction) असते. जखम भरुन येण्यासाठी किंवा जंतुसंसर्गाशी लढा देण्यासाठी शरीरात दोन प्रक्रिया (reactions) घडून येतात. एका प्रक्रियेद्वारे त्या विशिष्ट भागाचा रक्तपुरवठा वाढतो. दुसऱ्या प्रक्रियेत रोगाशी लढा देणाऱ्या पेशी (disease fighting cells) त्या विशिष्ट भागात पोहोचविल्या जातात. जंतुसंसर्गाशी लढा देण्यासाठी शरीर प्रतिपिंडे (antibodies) तयार करते. प्रतिपिंडे ही विशिष्ट प्रकारची प्रथिने असतात व रोगाशी लढा देण्यासाठी त्यांची निर्मिती केली जाते. जखम भरुन आल्यानंतर किंवा जंतुसंसर्गाचा नाश झाल्यानंतर आलेली सुजही नाहीशी होते.

अस्थम्याचा अॅटॅक आल्यानंतर फुप्फुसे व श्वसनमार्गाला सुज येते. अस्थम्यास कारणीभूत ठरणाऱ्या घटकांवर नियंत्रण मिळविल्यानंतर ही सुज लवकर कमी होत नाही. जुनाट स्वरुपाचा (chornic) अस्थमा असलेल्या रुग्णांची फुप्फुसे आणि श्वसनमार्ग प्रदीर्घ कालावधीकरिता सुजलेलाच राहतो. अशा प्रकारच्या अनियंत्रित (un-controlled) आणि प्रदीर्घ कालावधीकरिता सातत्याने आढळणाऱ्या (prolonged continuous) सुजेमुळे श्वसनमार्गाच्या ऊतींचा (tis-sues) नाश होऊ लागण्याची शक्यता असते. श्वसनमार्गाच्या ऊतींचा नाश झाल्यास त्याचा फुप्फुसांच्या कार्यावर प्रतिकूल परिणाम

होतो. अशा प्रकारच्या सुजेमुळे श्वसनमार्गाच्या अंतर्गत भागात/भिंतींना (Internal walls) जखमादेखील होऊ शकतात. अशा प्रकारच्या जखमा होऊन जर श्वसनी (Bronchi)च्या भिंतींना (walls) कायमस्वरुपी हानी पोहोचल्यास अशा प्रकारचा अस्थमा साधारण उपचारास अजिबात प्रतिसाद देत नाही, म्हणूनच श्वसनमार्गाची सुज कमी करणारी औषधे घेणे फार महत्वाचे आहे.

साधारणपणे अस्थम्याच्या ॲटॅकचे चार टप्पे आढळून येतात.

स्नायूंचे आकुंचन:- श्वसनींचे (bronchi) स्नायू आकुंचन पावतात आणि त्यामुळे श्वसनी अरुंद बनतात. श्वसनींच्या या आकुंचनाला ब्रॉन्कोस्पॅझम (Bronchospasm) असे म्हणतात. ब्रॉन्कोस्पॅझमची तीव्रता व्यक्ती-व्यक्तीनुसार वेगवेगळी असते. ही तीव्रता अस्थम्याच्या ॲटॅकच्या तीव्रतेवरदेखील अवलंबून असते. अस्थम्याचा ॲटॅक तीव्र स्वरुपाचा असल्यास ब्रॉन्कोस्पॅझमची तीव्रतादेखील अधिक असते, त्यामुळे श्वासोच्छ्वास करणे अवघड होते आणि खोकला येऊ लागतो, तसेच घशातून घरघर आवाजही येऊ लागतो (wheezing).

श्लेष्मल पदार्थाची अतिरिक्त प्रमाणात निर्मिती (Increased mucus secretion):- अस्थम्याचा ॲटॅक आल्यावर श्वसनमार्गाच्या अंतर्गत त्वचेतील ग्रंथी (glands of inner lining of respiratory passage) मोठ्या प्रमाणात श्लेष्मल पदार्थाची निर्मिती करू लागतात. हा श्लेष्मा (mucus) साधारण श्लेष्मापेक्षा अधिक दाट (thic) स्वरुपाचा असतो. अस्थम्यास कारणीभूत ठरणाऱ्या घटकापासून सुरक्षा

मिळविण्यासाठी शरीराद्वारे श्लेष्मा निर्माण केला जातो. हा श्लेष्मा श्वसनमार्गात गोळा होतो आणि त्यामुळे श्वसनमार्ग अधिक अरुंद बनतो.

अत्याधिक प्रमाणात श्लेष्मा निर्माण झाल्यास फुप्फुसातील छोट्या श्वसनिका पूर्णपणे बंद होऊ शकतात. हा अत्याधिक प्रमाणात साचलेला श्लेष्मा खोकल्यावाटे बाहेर फेकला जाऊ शकतो- याचाच परिणाम म्हणून खोकला होतो. अधिक प्रमाणात श्लेष्मा साठल्यास त्रासदायक स्वरुपाचा खोकला सातत्याने होऊ शकतो. योग्य उपचार न केल्यास या श्लेष्म्यामुळे अस्थम्याच्या ॲटॅकचा कालावधी वाढू शकतो, त्याचप्रमाणे श्वसनमार्गास जंतुसंसर्ग होण्याचा धोकाही वाढतो.

खोकला:- खोकला येणे ही श्वसनमार्गात साचलेला श्लेष्मा बाहेर फेकण्यासाठी शरीराने केलेली उपाययोजना असते. साधारणपणे श्वसनमार्गाच्या अंतर्गत त्वचेवर छोटे छोटे, पातळ, केसांसारखे तंतू (hair like projections) असतात. हे तंतू अतिरिक्त श्लेष्मा तसेच बारीक धुळीचे कण इत्यादी घटक आपल्या हालचालींद्वारा बाहेरील बाजूस ढकलत असतात. जर श्लेष्मा खूप दाट, घट्ट स्वरूपाचा असेल तर हे तंतू श्लेष्मा ढकलू शकत नाहीत. यावर उपाययोजना म्हणून खोकला होतो. ही शरीराची बचावात्मक उपाययोजना असते. श्लेष्मा खूप घट्ट स्वरुपात असल्यास किंवा श्वसनिका पूर्णपणे बंद झाल्यास श्लेष्मा बाहेर फेकण्यास शरीर असमर्थ ठरु शकते, याचाच परिणाम म्हणून कोरडा खोकला सातत्याने येऊ लागतो.

घशातून अथवा छातीतून येणारा 'घरघर' असा आवाज

(wheezing):- अनेक लोकांना घशातून येणारा 'घरघर' असा आवाज हे अस्थम्याचे प्रमुख लक्षण वाटते. श्वसनमार्ग अरुंद झालेला असतो, त्यामुळे श्वास बाहेर टाकताना हवा जोरात बाहेर फेकली जाते. अरुंद झालेल्या श्वसनमार्गातून हवा बाहेर फेकण्यासाठी अधिक जोराने हवा बाहेर फेकण्याची गरज असते. साधारणपणे श्वास घेण्याचा व उच्छ्वास बाहेर टाकण्याचा कालावधी समान असतो, परंतु अस्थम्याचा अॅटॅक आल्यानंतर उच्छ्वास बाहेर टाकण्यासाठी जास्त कालावधी लागतो. कधीकधी घशातील 'घरघर' अशा आवाजाबरोबर बारीक शिट्टीसारखा आवाजही येऊ लागतो. अरुंद झालेल्या छोट्या श्वासनलिकांतून हवा जोरात बाहेर टाकली जात असताना असा शिट्टीसारखा आवाज येतो.

श्वसनमार्ग अत्याधिक प्रमाणात अरुंद झाल्यास बाहेर टाकल्या जाणाऱ्या हवेचे प्रमाण खूप कमी होते, त्यामुळे घशातून आवाज येत नाही, त्यामुळेच अति तीव्र स्वरुपाचा अस्थम्याचा अॅटॅक आलेला असताना घशातून आवाज न येणे हे एक धोकादायक लक्षण असते- हे लक्षात ठेवणे फार महत्वाचे आहे.

अस्थम्याची लक्षणे कोणती आहेत?

अस्थम्याची तीन महत्वाची लक्षणे आहेत १- घशातून येणारा आवाज, २- खोकला आणि ३- श्वसनास त्रास होणे. काही व्यक्तींच्या घशातून आवाज येत नाही, तर काहींना फक्त खोकला होतो. हा खोकला साधारणपणे रात्री अथवा व्यायामानंतर येतो. अस्थम्याची

लक्षणे सातत्याने टिकून राहात नाहीत. ही लक्षणे थोड्या थोड्या काळानंतर उद्‌भवतात. अस्थम्याच्या ॲटॅकचा कालावधी अस्थम्यास कारणीभूत ठरणाऱ्या घटकांवर अवलंबून असतो. अस्थम्याची लक्षणे अचानक दिसून येऊ लागतात किंवा हळूहळू वाढत जातात. जुनाट अस्थमा असलेल्या रुग्णांना अनेक वर्षांपर्यंत ही लक्षणे ठराविक कालावधीनंतर आळीपाळीने त्रास देत राहतात.

अस्थमा आनुवंशिक रोग आहे का?

या प्रश्नाचे उत्तर होकारार्थी आहे. अस्थमा हा आनुवंशिक आहे, परंतु अस्थम्याच्या प्रत्येक रुग्णाच्या मुलांना अस्थमा होईलच असे मात्र नाही. कधीकधी आजी-आजोबांचा अस्थमा त्यांच्या मुलांमध्ये न दिसता एकदम त्यांच्या नातवंडांना झालेला दिसून येतो, म्हणजेच हा अस्थमा एक पूर्ण पिढी टाळून त्याच्या पुढील पिढीत संक्रमित होतो. बालअस्थमा हा साधारणत: आनुवंशिक असतो. एका पालकास अस्थमा असल्यास मुलांना अस्थमा होण्याची शक्यता पन्नास टक्के इतकी असते. दोन्ही पालक अस्थम्याचे रुग्ण असल्यास मुलांना अस्थमा होण्याची शक्यता पंच्याहत्तर टक्के इतकी जास्त वाढते.

सामान्यत: अस्थमा होण्याचे प्रमाण किती असते?

संपूर्ण जगाला समस्या ठरलेला अस्थमा हा फार मोठ्या प्रमाणात आढळून येणारा विकार आहे. गेल्या तीन दशकांत अस्थम्याचे प्रमाण जवळजवळ सात टक्क्यांनी वाढल्याचे संशोधनाअंती सिद्ध झाले

आहे. भारत देशही या वाढीस अपवाद नाही. भारतातील दहा टक्के मुलांना अस्थमा आहे. अस्थम्याच्या रुग्णांच्या संख्येत होणारी वाढ ही मुलांच्या बाबत अधिक आहे; तसेच ग्रामीण भागापेक्षा शहरी भागात अस्थमा होण्याचे प्रमाण अधिक आहे. वाढते वायुप्रदूषण आणि श्वसनमार्गाच्या वरच्या भागास होणारा जंतुसंसर्ग (upper respiratory trac infections) ही अस्थम्याच्या प्रमाणात होणाऱ्या वाढीची प्रमुख कारणे होत. वायुप्रदूषण खूप जास्त प्रमाणात असलेल्या दिल्लीसारख्या शहरांमध्ये अस्थम्याचे रुग्ण अधिक प्रमाणात आढळतात.

अस्थमा कोणत्याही वयात उद्‌भवू शकतो. साधारणतः पन्नास टक्के रुग्णांना दहा वर्षांखालील वयातच अस्थम्याचा त्रास सुरू होतो, तर साधारण पंचवीस टक्के रुग्णांना अस्थम्याचा त्रास चाळिशीच्याआधी सुरू होतो. अस्थमा हा लहान मुलींपेक्षा लहान मुलांमध्ये अधिक प्रमाणात आढळून येतो, परंतु प्रौढावस्थेत अस्थमा होण्याचे प्रमाण स्त्री व पुरुषांमध्ये जवळजवळ समान असते.

बालअस्थमा प्रौढावस्थेतही टिकून राहण्याचे प्रमाण व्यक्तीनुसार बदलते. काही बालरुग्ण जसजसे मोठे होत जातात, तसतशी त्यांच्या ठायी दिसणारी अस्थम्याची लक्षणे तीव्र होत जातात. काही बालरुग्णांच्या बाबतीत वाढत्या वयानुरूप अस्थम्याची लक्षणे कमी झालेली दिसतात. काही बालरुग्णांच्या बाबतीत ती कमी होत जाऊन पूर्णपणे नाहीशी होतात, परंतु प्रौढावस्थेत ती लक्षणे पुन्हा उद्‌भवू शकतात. ज्या बालरुग्णांना अस्थम्याचा त्रास त्यांच्या पौगंडावस्थेपर्यंत सातत्याने

होत राहतो, त्यांना अस्थम्याचा त्रास आयुष्यभर होत राहण्याची शक्यता अधिक असते. संशोधनाद्वारे असे सिध्द झाले आहे की ज्या बालरुग्णांना तीव्र स्वरुपाचा अस्थम्याचा त्रास होतो त्यांना प्रौढावस्थेतही तीव्र स्वरुपाचा अस्थमा होण्याची शक्यता खूप अधिक असते.

बालअस्थमा प्रौढावस्थेतही टिकून राहण्यास कारणीभूत ठरणारे घटक चौकट क्र.१मध्ये दर्शवले आहेत.

चौकट क्र.१: बालअस्थमा प्रौढावस्थेतही टिकून राहण्यास कारणीभूत असणारे घटक-

- अस्थम्याचा पहिला अॅटॅक दोन वर्षांपेक्षाही कमी वयात येणे.
- संपूर्ण बाल्यावस्थेत कमी-अधिक तीव्रतेचे अस्थम्याचे अॅटॅक्स वारंवार येणे.
- घशातून आवाज येणे, खोकला होणे यांसारखी अस्थम्याची लक्षणे अधूनमधून सारखी सारखी आढळून येणे.
- काही विशिष्ट घटकांची अॅलर्जी (Allergy) येऊन त्यामुळे अस्थम्याचे अॅटॅक्स येणे.
- नाकाच्या अंतर्गत भागात पॉलिप (polyp) नावाच्या ऊतींची वाढ (tissue) आढळणे.

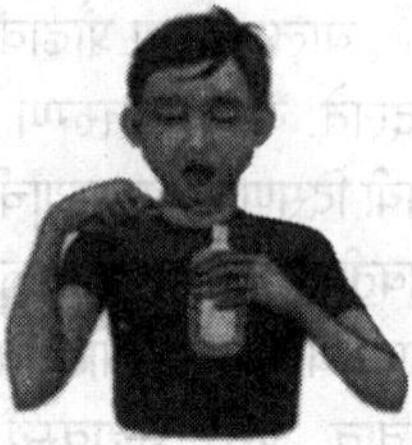

❖

अस्थमा निर्माण होण्याची कारणे

अस्थमा निर्माण होण्याच्या कारणांबाबत कोणते सिध्दांत (theories) मांडले जातात?

गेल्या काही दशकांत अस्थम्यावर खूप संशोधन झाले आहे. याचे प्रमुख कारण म्हणजे अस्थम्याच्या रुग्णांच्या संख्येत झपाट्याने होणारी वाढ हे होय. हे संशोधन करताना, श्वसनमार्गावर आणि फुप्फुसांवर परिणाम करणाऱ्या, दोन शारीरिक संस्थांवर (Body systems) संशोधकांनी आपले लक्ष केंद्रित केले आहे. या दोन शारीरिक संस्था पुढीलप्रमाणे:

(१) शरीराची नैसर्गिक प्रतिकार शक्ती (Natural defence mechanism/immune system of the body)

(२) चेतासंस्था (Nervous system)

संशोधनाअंती या शरीरसंस्थांवर आधारित असे दोन प्रमुख सिध्दांत (main theories) मांडले गेले आहेत- ते पुढीलप्रमाणे:

(१) बीटा ब्लॉकेज सिध्दांत (Beta blockage theory):-

हा सिध्दांत चेतासंस्थेशी निगडित आहे.

(२) ॲलर्जीचा सिध्दांत (Allergy theory):-

हा सिध्दांत शरीराच्या प्रतिकारशक्तीशी निगडित आहे.

या सिध्दांतांना नीट समजून घेतल्यास अस्थम्यावरील परिणामकारक उपचारपध्दतीचा विकास करण्यास मदत मिळते.

बीटा ब्लॉकेज सिध्दांत (Beta blockage theory):-

चेतासंस्थेत (Nervous system) मेंदू (Brain), मज्जारज्जू (spinal cord) आणि मज्जातंतू (Nerves) यांचा समावेश होतो. चेतासंस्था शरीराची जवळजवळ सर्व कार्ये नियंत्रित करते. शरीराच्या विविध भागांतील मज्जातंतूंमध्ये विशिष्ट 'संग्राहक केंद्रे' अथवा 'रिसेप्टर्स' (Receptors) असतात. हे रिसेप्टर्स वातावरणातून माहिती गोळा करतात आणि ही माहिती मज्जारज्जूंद्वारे मेंदूपर्यंत पोहोचवितात. मेंदू या माहितीचे विश्लेषण (analysis) करतो आणि प्रतिक्रियात्मक आदेश मज्जारज्जूंद्वारा मज्जातंतूच्या जाळ्याकडे पाठवतो.

मज्जासंस्थेचे किंवा चेतासंस्थेचे दोन प्रमुख प्रकार पडतात.

(१) मध्यवर्ती चेतासंस्था (central nervous system):-

यात मेंदू व मज्जरज्जूंचा समावेश होतो.

(२) पेरिफेरल चेतासंस्था (peripheral nervous system):-

यात मेंदू व मज्जारज्जूंपासून उगम पावणाऱ्या मज्जातंतूंचा समावेश होतो. पेरिफेरल चेतासंस्थेत स्वायत्त मज्जासंस्थेचा समावेश होतो (Autonomous nervous system). स्वायत्त मज्जासंस्था

शरीरातील सर्व अनैच्छिक स्वरुपाचे कार्य (involuntary) करणाऱ्या अवयवांवर नियंत्रण ठेवते. स्वायत्त मज्जासंस्थेचे दोन प्रकार पडतात.

(१) सिंपथॅटिक चेतासंस्था (sympathetic nervous system):- या चेतासंस्थेद्वारा हृदयासारख्या अवयवांना उत्तेजना मिळून हृदयाचा वेग वाढविणे यांसारख्या क्रिया घडून येतात. शरीरातील अवयव उद्दीपित होतात.

(२) पॅरासिंपथॅटिक चेतासंस्था (parasympathetic nervous system):- ही चेतासंस्था सिंपथॅटिक चेतासंस्थेच्या विरुध्द स्वरुपाचे कार्य करते व निद्रावस्थेच्या कालात अधिक कार्यक्षम असते.

फुप्फुसांमधील सिंपथॅटिक चेतासंस्था श्वसनमार्गास उद्दीपित करते- त्यायोगे श्वसनमार्ग शिथिल होतो आणि थोडा रुंद होतो. फुप्फुसातील पॅरासिंपथॅटिक चेतासंस्था श्वसनमार्गास आकुंचित करते- त्यायोगे श्वसनमार्ग थोडासा अरुंद बनतो. निरोगी व्यक्तीच्या बाबतीत या दोन्ही चेतासंस्था आळीपाळीने व अतिशय सूत्रबध्द (coordinated) अथवा क्रमबध्द पध्दतीने कार्य करतात आणि श्वास आणि उच्छ्वासाच्या क्रिया विनासायास घडवून आणतात. सिंपथॅटिक चेतासंस्था सक्रिय झाली की श्वसनमार्ग शिथिल व थोडा रुंद होतो आणि श्वास आत घेतला जातो. नंतर पॅरासिंपथॅटिक चेतासंस्था सक्रिय होऊन श्वसनमार्ग थोडा आकुंचित व अरुंद होऊन श्वास बाहेर टाकला जातो.

अस्थम्याच्या रुग्णाबाबत मात्र पॅरासिंपथॅटिक चेतासंस्था अधिक

प्रभावी आणि कार्यक्षम बनते, त्यामुळे दोन्ही चेतासंस्थांच्या कार्यात संतुलन निर्माण होते आणि श्वसनमार्ग आकुंचित होऊन अरुंद होतो. मज्जातंतूद्वारा एक विशिष्ट प्रकारचे रसायन (chemical) स्त्रवले जाते. हे विशिष्ट रसायनही अस्थम्याची निर्मिती करण्यात महत्वाचे योगदान देते.

आपल्या शरीरातील सर्व मज्जातंतू (nerves) एक विशिष्ट प्रकारचे रसायन स्त्रवतात. या रसायनाला न्यूरोट्रान्समीटर्स (Neurotransmeters) असे म्हणतात. हे न्यूरोट्रान्समीटर्स एका मज्जातंतूकडून दुसऱ्या मज्जातंतूकडे संदेशवहनाचे कार्य करीत असतात. प्रत्येक प्रकारची चेतासंस्था विशिष्ट प्रकारचे, वेगळे असे न्यूरोट्रान्समीटर स्त्रवते. सिंपथॅटिक चेतासंस्था एपिनेफ्रिन (epinephrine) आणि ॲड्रिनॅलिन (adrenaline) स्त्रवते. पॅरासिंपथॅटिक चेतासंस्था ॲसिटिलकोलिन (acetylcholine) स्त्रवते.

मज्जातंतूंच्या टोकांना विशिष्ट प्रकारची संग्राहक केंद्रे अथवा 'रिसेप्टर्स' (Receptors) असतात. सिंपथॅटिक चेतासंस्थेच्या बाबतीत तीन प्रकारची संग्राहक केंद्रे अथवा रिसेप्टर्स आढळून येतात. ही केंद्रे पुढीलप्रमाणे-

(१) अल्फा (alpha)

(२) बीटा (beta)

(३) बीटा-२ (beta-2)

ही तिन्ही केंद्रे रक्तदाब (Blood pressure), हृदयाच्या ठोक्यांचा

वेग (heart rate), श्वसनमार्ग खुला करणे या प्रकारच्या अनेक शरीरांतर्गत कार्यांवर नियंत्रण ठेवतात.

अल्फा रिसेप्टरच्या कार्यामुळे हृदयाच्या ठोक्यांचा वेग वाढतो, श्वसनमार्ग आकुंचित होतो तसेच श्वसनमार्गातील श्लेष्मल पदार्थांचे (mucus) प्रमाण वाढते, तरीदेखील अल्फा रिसेप्टरचे हे कार्य अस्थम्याचा ॲटॅक येण्यास फारसे कारणीभूत ठरत नाही.

बीटा रिसेप्टरच्या कार्यामुळे हृदयाच्या स्नायूंवर परिणाम होतो आणि हृदयाच्या ठोक्यांचा वेग वाढतो तसेच रक्तदाबही वाढतो.

बीटा-२ रिसेप्टरच्या कार्यामुळे श्वसनमार्गाचे स्नायू शिथिल होतात आणि श्वसनमार्गातील श्लेष्मल पदार्थ (mucus) स्त्रवण्याचे प्रमाण कमी करतात. संशोधनाअंती असे आढळून आलेले आहे की दमेकरी रुग्णांच्या शरीरातील बीटा-२ रिसेप्टर्स हे विकृत (abnormal) स्वरुपाचे असतात, त्यामुळे मेंदूकडे मिळणारे आदेश त्यांच्यापर्यंत पोहोचत नाहीत. अशा परिस्थितीत पॅरासिंपथॅटिक संस्थेस उत्तेजना मिळते व पॅरासिंपथॅटिक मज्जातंतू अतिशय प्रभावीपणे अतिरिक्त कार्य करू लागतात, त्यामुळे श्वसनमार्ग अरुंद बनतो.

ॲलर्जीचा सिध्दांत (Allergic theory):-

हा सिध्दांत शरीराच्या प्रतिकारक संस्थेशी (Immune system) निगडित आहे. प्रतिकारक संस्थेचे प्रामुख्याने तीन घटक असतात, ते पुढीलप्रमाणे:

(१) लिम्फ नोड्स (Lymph nodes)

(२) अस्थिमज्जा (bone marrow)

(३) थायमस ग्रंथी (Thymus gland)

लिम्फ नोड्स हे छोटे छोटे अंडाकृती गोलक असतात व त्यातून 'लिम्फ' नावाचा द्रव पदार्थ पाझरतो. लिम्फ नोड्स जंतुसंसर्गाशी लढा देतात.

अस्थिमज्जा ही हाडाच्या आतील भागात असलेली विशिष्ट प्रकारची मऊ ऊती असते. (soft tissue)

थायमस ग्रंथी छातीच्या हाडाच्या (chest bone) पाठीमागे असते. लिम्फॅटिक संस्थेतील (Lymphatic system) महत्त्वाची ग्रंथी म्हणजे थायमस ग्रंथी होय.

प्रतिकारक संस्थेचे हे तीन घटक लाल व पांढऱ्या रक्तपेशींची निर्मिती करतात. लाल रक्तपेशी फुप्फुसांकडून शरीराच्या विविध भागांकडे प्राणवायू (oxygen) वाहून नेतात, तसेच शरीराच्या विविध भागांकडून कार्बन-डायऑक्साईड (carbon dioxide) वायू फुप्फुसांपर्यंत पोहोचवितात. पांढऱ्या पेशी जंतुसंसर्गाशी लढा देतात. पांढऱ्या रक्तपेशींचे अनेक प्रकार आहेत, त्यापैकी एक प्रकार म्हणजे लिम्फोसाईट्स (Lymphocytes) या पेशी होय. या लिम्फोसाईट्सचे दोन प्रकार असतात, ते पुढीलप्रमाणे:

(१) 'बी' पेशी (B-cells)

(२) 'टी' पेशी (T-cells)

वरील पेशींपैकी ‘टी’ पेशी सायटोकाईन (cytokine) नावाच्या एका रसायनाची निर्मिती करतात. हे सायटोकाईन रोगनिर्मिती करणाऱ्या घटकाचा नाश करतात. ‘बी’ पेशी प्रतिपिंडे (antibodies) तयार करतात. ही प्रतिपिंडे रोगनिर्मिती करणाऱ्या घटकांना (disease causing agents) अचूक टिपतात आणि त्यांचा नाश करण्यासाठी रोगप्रतिकारक संस्थेस (Immune system) मदत करतात. हे रोगनिर्मिती करणारे घटक म्हणजे जिवाणू (bacteria), विषाणू (viruses) किंवा काही प्रकारचे बाह्य घटक (foreign substances) असू शकतात. रोगनिर्मिती करणाऱ्या वेगवेगळ्या घटकांसाठी विशिष्ट प्रकारची प्रतिपिंडे निर्माण केली जातात. रोगनिर्मिती करणाऱ्या एका घटकासाठी निर्माण झालेली प्रतिपिंडे दुसऱ्या रोगनिर्मिती करणाऱ्या घटकासाठी प्रभावी ठरू शकत नाहीत. एकदा शरीरात तयार झालेली प्रतिपिंडे रोगकारक घटकाने पुन्हा शरीरात प्रवेश केल्यास त्या घटकाचा नाश करतात. अशा प्रकारे प्रतिपिंडे रोगाची पुनरावृत्ती टाळतात.

रोगनिर्मिती करणारा घटक शरीरात शिरल्याबरोबर ‘टी’ पेशी त्यांच्याशी लढा देण्यासाठी सज्ज होतात. ‘टी’ पेशी या घटकांचा नाश करतात. ‘टी’ पेशींमधून निर्माण झालेले सायटोकाईन ‘बी’ पेशींना या घटकांना टिपण्यासंबधी संदेश (signals) देते आणि अस्थिमज्जेत (bone marrow) ‘बी’ पेशींची अधिक प्रमाणावर निर्मिती करण्याचाही संदेश देते. अधिक प्रमाणात ‘बी’ पेशींची

निर्मिती होऊन अधिक प्रमाणात प्रतिपिंडे निर्माण होतात.

प्रतिपिंडांचे अनेक प्रकार आहेत, त्यापैकी एक प्रकार म्हणजे इम्युनोग्लोब्युलिन-ई (Immunoglobulin-E). यालाच संक्षिप्त स्वरुपात IgE अशी संज्ञा दिली जाते. हे एक हानिकारक प्रतिपिंड आहे. आपल्या शरीरास IgEची विशेष गरज नसते. काही व्यक्तींमधील 'बी' पेशी अत्याधिक प्रमाणात (abnormally high levels) IgEची निर्मिती करतात- याचाच परिणाम म्हणून प्रतिकारक संस्था साध्या साध्या सर्वसाधारण (normal) बाह्य घटकांबाबतही अतिसंवेदनशील बनते. वेगवेगळ्या प्रकारच्या घटकांसाठी वेगवेगळ्या प्रकारचे IgE बनविले जाते; याचेच रुपांतर एखाद्या घटकाबाबत ॲलर्जी निर्माण होण्यात होते. अशा प्रकारची ॲलर्जी अस्थम्याचा ॲटॅक येण्यास कारणीभूत ठरु शकते.

प्रत्येकाच्या शरीराच्या विविध भागांत 'मास्ट पेशी' (Mast cells) नावाच्या लक्षावधी छोट्या छोट्या पेशी उपस्थित असतात. या पेशी नाक, श्वसनमार्ग, त्वचा या ठिकाणीदेखील असतात. जखम झाल्यास अथवा जंतुसंसर्ग झाल्यास त्याला प्रतिसाद (response) म्हणून मास्ट पेशींमधून तीन प्रकारची रसायने स्त्रवतात. ॲलर्जी निर्माण करणाऱ्या घटकाचा शरीरात प्रवेश झाल्यास IgE प्रतिपिंडे या मास्ट पेशींबरोबर एकत्रित होतात आणि मास्ट पेशींद्वारा तीन प्रकारची रसायने स्त्रवतात. ही रसायने त्या विशिष्ट ऊतीसमूहात सोडली जातात; याचा परिणाम होऊन त्या विशिष्ट भागास सुज येते

व तो भाग लाल होतो. जेव्हा श्वसनमार्गातील मास्ट पेशी ही रसायने स्त्रवतात तेव्हा त्या रसायनांमुळे खोकला होतो, श्वसनमार्गाच्या अंत:त्वचेला सुज येते, श्लेष्मल पदार्थाची निर्मिती अधिक प्रमाणात होते आणि श्वसनमार्गाचे आकुंचन होऊन घशातून 'घरघर' असा आवाज येऊ लागतो (wheezing). या सर्वांचा अंतिम परिणाम म्हणजेच अस्थम्याचा ॲटॅक येणे हा होय.

मास्ट पेशींमधून स्त्रवणाऱ्या रसायनांपैकी एक महत्वाचे रसायन म्हणजे 'हिस्टामाईन' (Histamine) हे होय, म्हणूनच ॲलर्जीवर या हिस्टामाईनला प्रतिरोध करणारी औषधे दिली जातात. या औषधांना 'ॲण्टिहिस्टामाईन्स' (antihistamines) असे म्हणतात.

'इओसिनोफिल्स' (Eosinophils) नावाच्या पेशी हा पांढऱ्या पेंशीचांच एक प्रकार आहे. या पेशीदेखील अस्थम्याची सुरूवात करण्यात महत्वाची भूमिका बजावतात. या पेशी एका विशिष्ट रसायनाची निर्मिती करतात. या रसायनामुळे श्वसनमार्ग अतिसंवेदनशील बनतो आणि त्यामुळे श्वसनमार्गास सुज येते.

अस्थम्याचा ॲटॅक येण्यास उद्युक्त करणारे घटक कोणते असतात?

अस्थम्याचा ॲटॅक येण्यास कारणीभूत ठरणारे घटक दोन प्रकारचे असतात, ते पुढीलप्रमाणे:

(१) उद्दीपके (triggers): यांच्यामुळे श्वसनमार्गाचे आकुंचन होते.

(२) कारक घटक (causes or inducers): यांच्यामुळे श्वसनमार्गास सुज येते.

उद्दीपके (triggers): असा प्रत्येक घटक, जो श्वसनमार्गात क्षोभ (irritation) निर्माण करतो व त्यामुळे अस्थमा होतो, अशा घटकांना उद्दीपके (triggers) असे म्हणतात.

उद्दीपकांचे विविध प्रकार आहेत. काही उद्दीपके ॲलर्जी निर्माण करतात तर काही उद्दीपके क्षोभ (irritations) निर्माण करतात. उद्दीपकांमुळे श्वसनमार्गास सुज येत नाही. उद्दीपकांमुळे आलेल्या अस्थम्याच्या ॲटॅकचा कालावधी कमी असतो आणि अस्थम्याचा ॲटॅकही लवकर ओसरतो व श्वसनमार्ग पूर्ववत स्थितीत येतो. श्वसनमार्गास आधीपासून सुज आलेली असल्यास उद्दीपकांचा परिणाम अधिक लवकर दिसून येतो. काही उद्दीपकांची यादी पुढे दिलेली आहे.

क्षोभकारके (Irritants):

(१) धूर- सिगारेटचा अथवा चिरूटचा धूर

(२) काही अत्तरे

(३) हवामान- थंडी, वातावरणाच्या दाबातील अचानक बदल, वारे, प्रदुषण, हवेतील परागकण इ.

(४) श्वसनमार्गास झालेला जंतुसंसर्ग- श्वसनमार्गाच्या वरच्या भागास झालेला विषाणू संसर्ग, जिवाणू संसर्ग

(५) हवेत मिसळलेली घरगुती रसायने- लाकूड, अथवा कोळसा वापरुन बनविण्यात आलेल्या चुली, नैसर्गिक वायूतील (from natural gas) कार्बन डायऑक्साईड (carbon dioxide), कार्बन मोनॉक्साईड (carbon monoxide), नायट्रोजन ऑक्साईड (Nitrogen oxide), हेअर स्प्रेच्या द्वारा हवेत मिसळणारे फ्लुरोकार्बन्स (fluorocarbons) तसेच द्रवरुपी प्रोपेन (liquid propane), कीटकनाशके, डिओडरंट (deodorants), रूम फ्रेशनर्स (room freshners), इ.

(६) पार्टिकल बोर्ड (partical board) मधील फॉर्मेल्डिहाईड (formaldehyde), गालिचामध्ये अडकलेली धूळ, प्लायवूड इ.

(७) काही विशिष्ट व्यवसायांच्या ठिकाणी व्यवसायाशी निगडित अशी रसायने उदा. फ्लोरोकार्बन प्रॉपेल्टंट्स (fluorocarbon propellants), धान्य गोदामात उडणारा भुसा, सल्फर वायू, लाकडाचा भुसा, काही विशिष्ट धातुंची ऑक्साईड्स (metal oxides) इत्यादी.

(८) इस्ट्रोजन (oestrogen)सारखी काही संप्रेरके (hormones)

(९) एकदम, एकाएकी सुरू केलेला व्यायाम, क्षमतेपेक्षा अधिक प्रमाणात केलेला व्यायाम

(१०) छातीत होणारी जळजळ

(११) रात्रीची जागरणे

ॲलर्जीकारक घटक:

(१) विविध फुलांतील परागकण

(२) बुरशी- हवेत उडणारे बुरशीचे बीजाणू (spores), यीस्टपासून बनलेले ब्रेडसारखे काही पदार्थ, मशरुम्स

(३) ॲस्पिरिन तसेच ॲस्पिरिनपासून बनविण्यात आलेली काही

औषधे, सर्दीवरील काही औषधे

(४) धूळ

(५) अंडी, शेंगदाणे, गहू, मासे, सोयाबीनसारखे काही अन्नपदार्थ

(६) गोठविलेले (frozen) अन्नपदार्थ, वाळवलेली फळे, चीज, शीतपेये, चॉकलेट्स, पिवळा रंग घातलेले अन्नपदार्थ, प्रक्रिया केलेले (processed) अन्नपदार्थ, वाईन, बिअर यातील पोटॅशियम मेटाबायसल्फाईट

(७) एका दिवसापेक्षा अधिक शिळे झालेले अन्न

(८) झाडापासून बनविण्यात आलेल्या रबराच्या हातमोजांसारख्या (gloves) विविध वस्तू

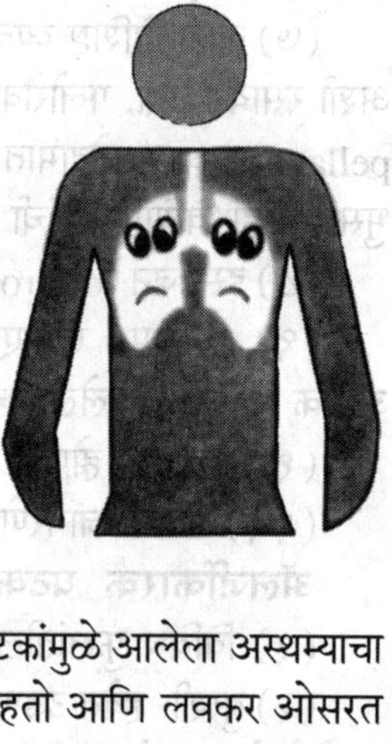

कारक घटक

(Causes or inducers):-

यांना अस्थम्यास कारणीभूत ठरणारे घटक असे घटक संबोधले जाते. या घटकांमुळे श्वसनमार्गास सुज येते आणि श्वसनमार्ग अतिसंवेदनशील बनतो. या घटकांमुळे आलेला अस्थम्याचा अ‍ॅटॅक अधिक कालावधीकरता टिकून राहतो आणि लवकर ओसरत नाही.

अ‍ॅलर्जीकारक घटक आणि श्वसनमार्गातील विषाणूसंसर्ग हे

महत्वाचे कारक घटक मानले जातात. ॲलर्जीकारक घटकांमुळे शरीर ॲलर्जीरूपी प्रतिक्रिया दर्शविते. फुप्फुसातील अशा प्रकारच्या प्रतिक्रियांचे रुपांतर अस्थम्याच्या ॲटॅकमध्ये होऊ शकते. पंच्याहत्तर टक्क्यांपेक्षा अधिक बालअस्थम्याच्या रुग्णांमध्ये ॲलर्जी आढळून येते. लहान मुलांत विशेषत: एक्झिमा (ecziema) किंवा सर्दीसारखी ॲलर्जी आढळून येते. एक्झिमा हा एक त्वचारोग असून त्यात कोरडी पडून त्वचेच्या खपल्या पडू लागतात.

ॲलर्जी व अस्थमा यांचा संयोग (combination) वयाच्या तिशीच्या आधी आढळून येतो. अर्थात प्रौढ रुग्णांमध्ये ॲलर्जी दिसून येण्याचे प्रमाणही खूप जास्त आहे. ॲलर्जीची क्रिया अगदी हळूहळू, अनेक वर्षांपर्यंत शरीरात तयार होऊ लागते. जेव्हा ॲलर्जीची क्रिया तीव्र स्वरुपात निर्माण होते तेव्हा अस्थम्याची लक्षणे दिसून येऊ लागतात. काही व्यक्तींच्या बाबतीत त्यांनी त्यांचा व्यवसाय बदलल्यास अथवा निवासाचा भूभाग बदलल्यास अशी लक्षणे दिसू लागतात.

प्रत्येक रुग्णाच्या ठायी ॲलर्जीची लक्षणे दिसतीलच असे नाही. जीवनशैली, निवासस्थानातील तसेच व्यवसायाच्या ठिकाणचे वातावरण या सर्व गोष्टी ॲलर्जी आणि अस्थम्याची लक्षणे निर्माण करू शकतात.

एकाच कुटुंबातील अनेक सदस्यांना ॲलर्जीचा त्रास होऊ शकतो. पर्यावरणातील घटक ॲलर्जीसहित अस्थमा निर्माण करण्यात महत्वाची भूमिका बजावतात.

अस्थम्याच्या अॅटॅकला उद्युक्त करणारे अॅलर्जीकारक घटक:

अस्थम्याच्या अॅटॅकला कारणीभूत ठरणारे अनेक अॅलर्जीकारक घटक आहेत- त्यांचे सविस्तर वर्णन पुढीलप्रमाणे-

पाळीव प्राणी:- कुत्रा, मांजर यांसारख्या पाळीव प्राण्यांमुळे अनेक संवेदनशील व्यक्तींना अस्थमा होऊ शकतो. जवळजवळ सर्व प्रकारची कुत्री आणि मांजरे केसाळ असतात. त्यांच्या अंगावरुन हात फिरविल्यानंतर बारीक केस अथवा त्वचेचे अगदी बारीक कण गळून पडतात. काही कुत्री वा मांजरे यांच्या शरीरावरील केस विशिष्ट ऋतूत अथवा वर्षभर गळत असतात तसेच या प्राण्यांच्या तोंडातील लाळ गळून पडते. त्या लाळेला केस चिकटून राहतात. हे प्राणी घराबाहेर गेल्यानंतर हवेतील परागकण, बुरशीचे बीजाणू त्यांच्या शरीरावर अडकून घरात येतात. हे केस, त्वचेचे अगदी बारीक खपलीवजा कण (dander), परागकण, बुरशीचे बीजाणू या सर्व गोष्टी अस्थम्याचा अॅटॅक येण्यास कारणीभूत ठरु शकतात.

त्वचेच्या अगदी बारीक खपलीवजा कणांमुळे (dander) अगदी ताबडतोब श्वसनमार्ग आकुंचित होऊन अरुंद बनतो. घर कितीही स्वच्छ दिसत असले तरीही हे कण लवकर जात नाहीत, ते घरातील हवेतच राहतात. मांजरांच्या त्वचेचे असे कण (dander) अधिक धोकादायक असतात, कारण ते घरातील हवेत इतर धूलिकणांसोबत महिनेच्या महिने तसेच राहतात. त्यामुळे मांजरे घरात नसली किंवा

कोणास देऊन टाकलेली असली तरी जोपर्यंत त्वचेचे कण घरात आहेत तोपर्यंत अस्थम्याचा धोका कायम असतो.

प्राण्याच्या शरीरावरील केस, लोकर, पिसे यांचे अगदी सूक्ष्म कणदेखील अस्थम्याच्या ॲटॅकला उद्युक्त करू शकतात. हे कण अंथरुणात, उशीवर असले तरी त्रासदायक ठरतात.

परागकण आणि बुरशी:-

एखाद्या विशिष्ट ऋतूमध्ये अस्थम्याचा ॲटॅक वारंवार येत असल्यास परागकण अथवा बुरशी याची ॲलर्जी आहे असे समजावे. बुरशी ही सूक्ष्म वनस्पती असून ती दमट व अंधाऱ्या जागी वाढते. पुनरुत्पादनाच्या क्रियेच्या वेळी असंख्य बीजाणू (spores) हवेत उधळले जातात. हे बीजाणू दमट जागी रुजतात व नवीन वनस्पती (बुरशी) निर्माण होते. परागकण हे फुलातील पुंकेसरावरील छोटे छोटे कण असतात व वजनाला हलके असल्याने ते हवेत बराच काळ तरंगत राहतात. लहान मुलांमधील परागकणांच्या बाबतीतील संवेदनशीलता वाढत्या वयानुसार थोडी कमी होऊ शकते. गुलाब, झेंडू इत्यादींसारख्या फुलांतील परागकणांमुळे अस्थमा होत नाही, याचे प्रमुख कारण म्हणजे या फुलातील परागकण जड, मोठे व काहीसे चिकट असल्याने ते हवेत तरंगत नाहीत.

बुरशीचे बीजाणू हवेत तरंगत तरंगत घरात येतात व घरातील वस्तूंवर चिकटतात अथवा घरभर पसरतात. अंथरुण, पांघरुण, फर्निचर इत्यादी सर्व वस्तूंवर हे बीजाणू असू शकतात. दमट जागी

हे बीजाणू अधिक कालावधीकरता जिवंत राहू शकतात, त्यामुळे स्नानगृहे, शौचालये, कूलर्स, एअर कंडिशनर्स इत्यादी ठिकाणी हे अधिक प्रमाणात असतात. बीजाणूंच्या वाढीसाठी ओलावा आवश्यक असतो. असे असले तरीदेखील घरातील ओलावा कमी केल्याने अस्थम्याच्या प्रमाणात घट होईल असे मात्र नाही. अनेकदा अती कोरडी हवादेखील श्वसनमार्गास संवेदनशील बनविते आणि अस्थम्याची लक्षणे दिसू शकतात.

धुळीतील किडे (Dust mites):-

हे अतिशय सूक्ष्म स्वरुपाचे कीटक (Insects) असतात. या कीटकांच्या विष्ठेमुळे ॲलर्जी होऊ शकते. या कीटकांच्या विष्ठेभोवती प्रथिनांचे अतिशय कठीण असे (strong) मजबूत आवरण असते. या प्रथिनांमुळे ॲलर्जी होते. हे कीटक जेव्हा मरतात तेव्हा त्यांच्या मृत शरीराचे भाग घरातील धुळीच्या कणांबरोबर एकत्रित होतात आणि ॲलर्जी निर्माण करतात.

मानवी शरीराच्या त्वचेवरील मृत पेशी सूक्ष्मकण स्वरुपात (dander) इतस्तत: पडतात. धुळीतील कीटक या सूक्ष्म कणांना (dander) आहार म्हणून उपयोगात आणतात. अंथरुणात हे त्वचेचे सूक्ष्म कण अत्याधिक प्रमाणात आढळतात, म्हणूनच हे कीटक चादरी, उशा, गाद्या येथे अधिक प्रमाणात असतात. त्याचप्रमाणे सोफासेटवरील कुशन्स, पडदे, टॉवेल, कपडे, गालीचे इ. वस्तूंवरही हे कीटक आढळतात.

या कीटकांमुळे निर्माण होणारी ॲलर्जी शहरी भागात अधिक प्रमाणात आढळून येते. आधुनिक पध्दतीने बांधलेली बंद घरे, वायुवीजनाचा, हवा खेळती राहण्याचा अभाव यामुळे हे कीटक अधिक वेगाने वाढतात. अनेक घरांमध्ये मोकळी, ताजी हवा आत येत नाही. हे अयोग्य आहे.

झुरळे:-

सर्वसाधारणपणे झुरळांमुळे होणारी ॲलर्जी खूप मोठ्या प्रमाणावर आढळून येते. झुरळांची अंडी, विष्ठा अथवा मृत शरीराचे भाग संपूर्णपणे नष्ट करणे अवघड असते. घरातील सर्व झुरळांचा पूर्ण नायनाट केला तरी त्यांच्या शरीराचे अतिसूक्ष्म कण घरात अनेक आठवड्यांपर्यंत राहू शकतात.

अन्नपदार्थ:-

साधारणपणे एक वर्षाच्या बाळाच्या शरीरातदेखील अन्नपदार्थांबद्दल ॲलर्जी निर्माण होऊ शकते. ज्या बाळांना विशिष्ट अन्नपदार्थांबद्दल ॲलर्जी असते, त्यांना कानातील जंतुसंसर्ग, एक्झिमा (eczema), सर्दी वारंवार होते. ती बाळे खूप वेळा रडत असतात. ज्या अन्नपदार्थांची ॲलर्जी असेल ते अन्नपदार्थ खाल्ल्यानंतर अनेक बाळांना उलटी होते किंवा जुलाबही होतात. अन्नपदार्थांबाबत ॲलर्जी असणाऱ्या बाळांना त्यांच्या पुढील आयुष्यात अस्थमा होऊ शकतो. ॲलर्जी निर्माण करणाऱ्या काही अन्नपदार्थांचे पुढे सविस्तर वर्णन केले आहे.

दुधाची ॲलर्जी:-

अगदी तान्ह्या बाळांमध्ये गायीच्या दुधाची ॲलर्जी आढळून येते. अशी ॲलर्जीची लक्षणे आढळून आल्यास गायीचे दूध बाळास देणे निदान दोन आठवड्यांकरिता बंद करावे. दोन आठवड्यांनतर पुन्हा गायीचे दूध देऊन बघावे. बाळास दुधाची ॲलर्जी असल्यास दूध बंद केल्यावर ॲलर्जीची लक्षणे नाहीशी होतील, तसेच पुन्हा दूध सुरू केल्यानंतर पुन्हा आढळून येतील.

गव्हाची ॲलर्जी- ही ॲलर्जीदेखील खूप प्रमाणात आढळून येते. गव्हापासून बनविलेले पदार्थ दिल्यानंतर मुलांमध्ये जुलाब, पोटदुखी अथवा त्वचेवरील रॅशेस (rashes) अशी लक्षणे आढळल्यास गव्हाची ॲलर्जी असल्याची शंका घ्यावी.

अंड्यातील पांढऱ्या भागाची ॲलर्जी- संवेदनशील व्यक्तींमध्ये कच्चे अंडे खाल्ल्यास गंभीर स्वरुपाची लक्षणे दिसून येतात. ही ॲलर्जी अंड्यातील प्रथिनामुळे येते.

मासे अथवा सागरी अन्नाची (sea food) **ॲलर्जी-** ही ॲलर्जी अनेक व्यक्तींमध्ये आढळून येते. अशा अन्नपदार्थांची ॲलर्जी असल्यास मासे अथवा सर्व प्रकारचे सागरी अन्न (sea food) आहारात घेणे टाळावे.

सुका मेवा- बदाम, अक्रोड, शेंगदाणे यांसारख्या सुक्या मेव्याची ॲलर्जी असताना व हे पदार्थ खाल्ल्यास गंभीर स्वरुपाचे परिणाम होऊ शकतात.

इतर अन्नपदार्थ:-

अॅलर्जी निर्माण करू शकणारे इतर अन्नपदार्थ म्हणजे सफरचंदे, केळी, काजू, संत्री, द्राक्षे, मशरुम, गूळ, मोहरी, मुळा, चॉकलेट्स व शीतपेये.

अनेक लहान मुलांच्या बाबतीत वाढत्या वयाबरोबर ही अन्नपदार्थांची अॅलर्जी कमी-कमी होत जाते. दूध व दुग्धजन्य पदार्थ आणि गव्हाची अॅलर्जी लवकर कमी होते.

तयार खाद्यपदार्थ टिकावेत तसेच त्यांना रेग येण्यासाठी म्हणून

अन्नात घातलेल्या रसायनांची (food additives) **अॅलर्जी:-**

व्यावसायिक स्वरुपात तयार केलेल्या खाद्यपदार्थांचा टिकाऊपणा वाढावा म्हणून काही रसायने त्यात घातली जातात. या रसायनांत प्रिझर्व्हेटिव्हज (preservatives), खाद्यरंग, कृत्रिम स्वाद (artificial flavours), कृत्रिम गोडी वाढविणारी रसायने (artificial sweetners) इत्यादी रसायनांचा समावेश होतो. अस्थम्यास उद्युक्त करणाऱ्या अशा स्वरुपाच्या घटकांमध्ये सल्फाईट्स (sulphites), टारट्रॅझाईन (tartrazine), मोनो सोडियम ग्लूटॅमेट (mono sodium glutamate), ब्यूटिलेटेड हायड्रॉक्सीटोल्युविन (butylated hydroxytoluene), आणि पॅराबेन्स (parabens) या रसायनांचा समावेश होतो.

सल्फाईट्स (sulphites)- प्रक्रिया केलेल्या अन्नपदार्थात सल्फाईट्स आणि मेटॅबायसल्फाईट्स (metabisulphites) सररास

वापरली जातात. अनेक उपहारगृहांत सॅलड्स (salads) ताजी ठेवण्यासाठी यांचा वापर करतात. यांच्या ॲलर्जीमुळे शरीरास खाज सुटणे, त्वचेवर चट्टे उठणे (rashes), पोटात अस्वस्थ वाटणे, जुलाब, अचानकपणे रक्तदाब कमी होणे यासारखी लक्षणे दिसून येतात. या रसायनांचा वापर केलेल्या प्रक्रिया केलेल्या खाद्यपदार्थांची यादी पुढील चौकटीत दिली आहे. हे खाद्यपदार्थ खरेदी करण्यापूर्वी त्यात समाविष्ट केलेल्या घटकांची यादी वेष्टनावर जरुर पाहावी. वेष्टनावरील यादीत जर सल्फाईट्सचा समावेश असेल तर ते खाद्यपदार्थ घेणे टाळावे. काही अस्थम्यावरील औषधांतही सल्फाईट्सचा समावेश असतो ही महत्वाची गोष्ट लक्षात ठेवावी.

टारट्रॅझाईन (tartrazine)- हा सर्रास वापरला जाणारा खाद्यरंग असून तो पदार्थाला पिवळा रंग देतो. साधारणतः शीतपेये, लोणी, मार्गारिन, काही औषधे, गोळ्या, चॉकलेट्स इत्यादी खाद्यपदार्थांत याचा समावेश असतो. याच्या ॲलर्जीमुळे दिसून येणारे परिणाम सर्वसाधारण सौम्य स्वरुपाचे असले तरी काही व्यक्तींमध्ये गंभीर स्वरुपाचे परिणामही दिसून येऊ शकतात. टारट्रॅझाईनची ॲलर्जी आहे असे लक्षात आल्यास त्याचा समावेश असलेले खाद्यपदार्थ टाळावे हे उत्तम.

मोनोसोडियम ग्लूटामेट (monosodium glutamate)- चायनीज खाद्यपदार्थांमध्ये चव वाढविण्यासाठी याचा सर्रास वापर केला जातो. ॲलर्जीमुळे अस्थमा, डोकेदुखी, अर्धशिशी, जुलाब,

चौकट क्र. २

दम्यास उद्युक्त करणारी खाद्यपदार्थात मिसळलेली रसायने

● **सल्फाईट्स** (sulphites)

- बिअर
- वाईन
- व्हिनिगर
- लोणची
- चीझ
- सुकामेवा
- फळांचे तयार रस
- प्रक्रिया केलेली फळे
- जिलेटिनयुक्त खाद्यपदार्थ- (जेली)

● **टारट्रॅझाईन** (Tartrazine) (पिवळा खाद्यरंग)

- लोणी (butter)
- चीज
- डबाबंद फळे
- आईस्क्रीम
- मोहरी पूड
- नाश्त्याची सीरियल्स
- बटाटा वेफर्स
- चॉकलेट्स, गोळ्या
- खोकल्यावरील चघळण्याच्या गोळ्या

छातीत आवळल्यासारखी भावना होणे, घाम येणे, छातीत जळजळ होणे अशी लक्षणे दिसून येऊ शकतात.

ब्यूटिलेटेड हायड्रॉक्सी टोल्युविन (Butylated hydroxy-toluene)- ब्यूटिलेटेड हायड्रॉक्सी ॲनिसोल (Butylated hydroxyanisole-BHA) आणि ब्यूटिलेटेड हायड्रॉक्सीटोल्युविन

(butylated hydroxytoluene-BHT) ही रसायने धान्य टिकवण्यासाठी प्रिझर्व्हेटिव्ह म्हणून वापरली जातात. BHA आणि BHT यांची अॅलर्जी असल्यास सुज येणे, अंगावर लाल चट्टे उठणे, त्या चट्ट्यांना खूप खाज सुटणे अशी लक्षणे दिसून येतात. हे चट्टे गोल असून ते त्वचेवरील छोट्या छोट्या गोलांच्या स्वरुपात दिसतात किंवा काही इंच आकारमानाचेही असू शकतात.

पॅराबेन्स (parabens)- याची अॅलर्जी असल्यास त्वचा लाल होते. सुज येते, खाज सुटते यांसारखी लक्षणे दिसू लागतात; यामुळे अस्थमादेखील होऊ शकतो.

कोणतीही विशिष्ट अॅलर्जी नसली तरीही अस्थम्याची लक्षणे दिसून येऊ शकतात. ही लक्षणे साधारणत: क्षोभकारकांमुळे (irritants) उद्‌भवतात. या क्षोभकारकांच्या सान्निध्यात सातत्याने व दीर्घ कालावधीकरिता आल्यास अस्थमा होऊ शकतो. अस्थम्याच्या अॅटॅकला कारणीभूत ठरणाऱ्या काही क्षोभकारकांची सविस्तर माहिती पुढे दिली आहे.

१. धूम्रपान-

धूम्रपानामुळे आरोग्यावर होणाऱ्या विपरित परिणामांची आतापर्यंत खूप जाहिरात झाली आहे. धूम्रपानामुळे निव्वळ कॅन्सर अथवा हृदयरोग होत नसून धूम्रपान हे फुप्फुसाच्या अनेक गंभीर रोगांचे मूळ कारण आहे. अप्रत्यक्ष धूम्रपानाचेदेखील (passive smoking) तितकेच गंभीर दुष्परिणाम होतात.

अस्थम्याचे रुग्ण धुराबाबत अतिसंवेदनशील असतात. धुरामुळे श्वसनमार्गातील ग्राहक केंद्रे (receptors) यांना उत्तेजना मिळते. ही श्वसनकेंद्रे श्वसनमार्गातील स्नायूंना संदेश पाठवितात व त्यायोगे हे स्नायू आकुंचन पावतात, त्यामुळे श्वसनमार्ग अरुंद बनतो आणि अस्थम्याची लक्षणे दिसू लागतात.

गर्भवती स्त्रियांनी धूम्रपान करणे हे तर अत्यंत धोकादायक असते. गर्भवती स्त्रियांनी धूम्रपान केल्यास त्यांच्या बाळाच्या शरीरातील रक्तात निकोटिनचे (nicotine) प्रमाण खूपच वाढते. या बाळांना लहान वयातच श्वसनमार्गाचे रोग, अस्थमा होण्याची शक्यता खूप अधिक असते.

२. परफ्यूम्स (perfumes)-

एखादा विशिष्ट परफ्यूम लावल्यानंतर किंवा हा परफ्यूम लावलेल्या लोकांच्या सहवासात आल्यानंतर जर खोकला, घशातील 'घरघर' आवाज, छातीत आवळल्यासारखे वाटणे यांसारखी लक्षणे दिसून येत असतील तर तुम्हास त्या परफ्यूमची ॲलर्जी आहे असे समजावे. अगदी थोड्या वेळाकरिता या परफ्यूमच्या सहवासात आल्यानंतरही वरील लक्षणे दिसून येऊ शकतात.

३. धूर-

कोळसा, लाकूड, रॉकेल, स्वयंपाकाचा गॅस इत्यादींच्या ज्वलनामुळे निर्माण होणाऱ्या वायूंमुळे अस्थमा होऊ शकतो. या सर्व प्रकारच्या इंधनांच्या ज्वलनामुळे कार्बन डायऑक्साईड (carbon dioxide),

कार्बन मोनॉक्साईड (carbon monoxide), नायट्रोजन ऑक्साईड (nitrogen oxide), नायट्रोजन डायऑक्साईड (nitrogen dioxide) आणि सल्फर डायऑक्साईड (sulphur dioxide) सारखे क्षोभकारक (irritant) वायू निर्माण होतात.

४. घरगुती वापरात असणारी रसायने-

संशोधनाअंती असे दिसून आले आहे की फॉर्मेल्डिहाईड (formaldehyde) या वायूमुळे अस्थमा होऊ शकतो. फॉर्मेल्डिहाईडमुळे डोळे, नाक व फुप्फुसे प्रभावित होतात. प्रक्रिया केलेल्या खाद्यपदार्थात प्रिझर्व्हेटिव्ह म्हणून याचा वापर केला जातो तसेच हे रसायन सौंदर्य प्रसाधने, शँपू यातही वापरले जाते. हे रसायन प्लॅस्टिक तयार करण्यासाठी तसेच काही विशिष्ट प्रकारचे कापड बनविण्यासाठी वापरले जाते. प्लायवूड, गालिचाच्या पाठीमागील अस्तर, फोम इ. वस्तू तयार करण्यासाठीही याचा वापर केला जातो.

अस्थम्यास उद्युक्त करणारी इतरही घरगुती वापरातील रसायने आहेत. भिंतींना देण्यात येणाऱ्या रंगातील आयसोसायनेट (isocyanate), फ्लोरोकार्बन प्रॉपेलंट्स (fluorocarbon propellants), ही त्याची प्रमुख उदाहरणे आहेत. हेअरस्प्रे, डिओडोरंट, रुमफ्रेशनर, कीटकनाशके इत्यादीमध्ये फ्लोरोकार्बन प्रॉपेलंट्स असतात. घरात योग्य प्रकारच्या वायुवीजनाची, म्हणजेच योग्य प्रकारे हवा खेळती राहण्याची सोय नसल्यास या रसायनांमुळे होणारा धोका वाढतो.

५. व्यवसायाशी निगडित अशी रसायने-

व्यवसायाच्या ठिकाणी असलेल्या रसायनांमुळे अनेक लोकांना ॲलर्जी निर्माण होऊन अस्थमा होऊ शकतो. जितका अधिक काळ व्यक्ती या रसायनांच्या सहवासात असते, तितका अस्थमा तीव्र स्वरुप धारण करतो. आपला व्यवसाय बदलल्याने अनेक व्यक्तींना फायदा झालेला आढळून येतो. धुराची ॲलर्जी असणाऱ्या व्यक्तींना अशा स्वरुपाचा अस्थमा होण्याची जास्त शक्यता असते. सातत्याने सुरक्षात्मक साधने वापरल्यास असा व्यवसायाशी निगडित अस्थमा होण्याचा धोका थोड्या प्रमाणात कमी होऊ शकतो. काही व्यवसायांच्या ठिकाणी असलेली रसायने क्षोभकारकांची (irritants) भूमिका बजावून अस्थमा निर्माण करू शकतात. अशा प्रकारच्या काही क्षोभकारक रसायनांची (irritant chemicals) यादी चौकट क्र.३मध्ये दिलेली आहे.

चौकट क्र. ३: व्यवयासायाशी निगडित क्षोभकारक रसायने

• व्यवसायाचे स्वरुप	• क्षोभकारक रसायने
• कारखाने-	ॲल्युमिनियम फ्लोराईड, प्रतिजैविके
• शेतीविषयक-	सोयाबीनचा भुगा, कुक्कुटपालन, धुळीतील किडे, परागकण, लाकडाचा भुसा
• संरक्षणविषयक व्यवसाय- (defence services)	मस्टर्ड गॅस (musterd gas), अर्सिनिक असलेली रसायने
• रिफायनरी (Refinary)-	क्लोरीन वायू, प्लॅटिनमचे क्षार, वॅनॅडियम
• रंगकाम-	टोल्युविन डायआयसोसायनेट
• शिपिंग डॉक-	बुरशी, कीड, धान्याचा भुगा
• वस्त्रोद्योग-	कापूस, हवेत तरंगणारे बारीक कण
• वेल्डिंग-	वेल्डिंग करताना निघणारा धूर, निकेल सल्फेट, क्रोमियमचे क्षार (chromium salts)
• लाकूड काम-	लाकडाचा भुसा

• अन्नप्रक्रिया व्यवसाय- (food processing)	कॉफीच्या बियांचा भुगा, चहा, अंड्यातील प्रथिने, अमायलेज
• ब्यूटीपार्लर्स-	परसल्फेट, फ्लोरोकार्बन प्रॉपेलंट्स
• प्राण्यांशी निगडित व्यवसाय -	प्राण्यांच्या त्वचेचे सूक्ष्म व मृत कण, मलमूत्र इत्यादी

६. औषधे-

ॲस्पिरिन (aspirin) आणि ॲस्पिरिनयुक्त औषधांची ॲलर्जी असल्यास अस्थमा होऊ शकतो. ॲस्पिरिन अथवा ॲस्पिरिन असलेली औषधे घेतल्यास जवळजवळ पंचवीस टक्के अस्थम्याच्या रुग्णांना श्वासोच्छ्‌वासास त्रास होऊ लागतो. वाढत्या वयानुसार ॲस्पिरिन बाबतची संवेदनशीलता वाढत जाते. ही संवेदनशीलता साधारणत: वयाच्या तिशीत आढळून येते व ती आयुष्यभर टिकते. स्टिरॉईड नसलेली (non-steroidals) इबुप्रोफेनसारखी (ibuprofen) सुजविरोधी औषधे तसेच ॲसिटॅमायनोफेन (acetaminophen) यासारखी दु:खनिवारक औषधेदेखील अस्थमा निर्माण करू शकतात. ही औषधे साधारणपणे डोकेदुखी व सांधेदुखीपासून सुटका मिळविण्याकरिता घेतली जातात. काही व्यक्ती पेनिसिलिन बाबतही संवेदनशील असू शकतात व पेनिसिलिन घेतल्यावर त्यांच्या ठायी अस्थम्याची लक्षणे

दिसून येऊ शकतात. काही व्यक्तींना पेनिसिलिन घेतल्यानंतर त्वचेवर चट्टे येऊ शकतात.

उच्च रक्तदाब, अर्धशिशी, हृदयरोग इत्यादि रोगांच्या उपचारासाठी 'बीटा ब्लॉकर्स' (beta blockers) हा औषधांचा गट वापरला जातो. या औषधांमुळेसुध्दा अनेक व्यक्तींना अस्थमा होऊ शकतो. या औषधांमुळे श्वसनमार्ग अरुंद बनतो आणि श्वसनास त्रास होतो. फुप्फुसांमधील असलेली बीटा संग्राहक केंद्रे (beta receptors) मेंदूकडून संदेश आल्यानंतर श्वसनमार्गाच्या स्नायूंचे शिथिलीकरण घडवून आणतात तसेच श्लेष्मल पदार्थाची (mucus) निर्मितीही कमी करतात. बीटा ब्लॉकर्स औषधे घेतल्यास ती रक्तात मिसळून फुप्फुसांत पोहोचली की फुप्फुसांतील बीटा संग्राहक केंद्राच्या कार्यात अडथळा आणतात, त्यामुळे श्वसनमार्ग अरुंद बनतो.

अस्थम्याचे रुग्ण नसलेल्या लोकांच्या बाबतीतही 'बीटा ब्लॉकर्स' औषधे घेतल्यास वरील लक्षणे दिसू शकतात. ही अत्यंत महत्वाची बाब नेहमी लक्षात ठेवली पाहिजे. याच कारणासाठी स्वतःच्या मनाने, स्वतःच ठरवून औषधे घेऊ नयेत. औषधे घेण्याआधी डॉक्टरांचा सल्ला कटाक्षाने घ्यावा आणि मगच ती औषधे घ्यावीत.

७. संप्ररके (Hormones) -

काही संप्रेरकांच्या रक्तातील पातळीत होणाऱ्या बदलामुळे अस्थमा होऊ शकतो. पौगंडावस्थेतील अनेक मुलींना अस्थम्याचा त्रास होऊ लागतो. या वयात इस्ट्रोजेन (oestrogen) या संप्रेरकाच्या प्रमाणात

वाढ होते. अनेक महिलांच्या बाबतीत त्यांच्या आयुष्यातील पुनरुत्पादनाच्या कालावधीत सातत्याने अस्थम्याचा त्रास होऊ शकतो. कासही महिलांना दर महिन्याला मासिक पाळीच्या काळात अस्थम्याचा त्रास होतो. या मासिक पाळीच्या कालखंडात शरीरातील क्षार (salts) आणि पाण्याचे संतुलन बिघडते. या असंतुलनाचा श्वसनमार्गातील स्नायूंवर परिणाम होतो.

कुटुंबनियोजनासाठी घेत असलेल्या गोळ्यांमुळेही काही महिलांना अस्थम्याचा त्रास होतो. त्याचप्रमाणे रजोनिवृत्तीच्या (menopause) कालखंडात काही महिलांना हार्मोन रिप्लेसमेंट थेरपी (Hormone replacement theropy) याच्या अंतर्गत काही संप्रेरके असलेली औषधे घ्यावी लागतात. या औषधांमुळेदेखील काही महिलांना अस्थमा होऊ शकतो; अर्थात काही आरोग्यविषयक समस्यांसाठी डॉक्टरांनी औषधे दिली असल्यास ती अजिबात घेऊ नये असे मात्र मुळीच नाही. डॉक्टरांनी तुमची सर्वांगीण तपासणी करुन, औषधांच्या परिणामाचा सर्वांगीण विचार करुन ही औषधे दिलेली असतात. मात्र स्वत:च्याच मनाने, डॉक्टरांच्या सल्ल्याशिवाय औषधे घेणे कटाक्षाने टाळावे.

गर्भावस्थेत संप्रेरकांच्या प्रमाणात मोठे बदल घडून येतात. काही महिलांना गर्भवती असल्याच्या कालखंडात अस्थमा होऊ शकतो तर काही महिलांच्या बाबत पूर्वी असलेला अस्थमा गर्भावस्थेच्या कालखंडात कमीदेखील होऊ शकतो.

८. व्यायाम-

साधारणपणे ऐंशी टक्के लोकांमध्ये व्यायाम करताना अस्थम्याची लक्षणे दिसू लागतात. अचानकपणे, एकदम व्यायामास सुरूवात केली तर अस्थम्याची लक्षणे दिसू शकतात; त्याचप्रमाणे खूप अधिक कालावधीकरिता, न थांबता व्यायाम केल्यासही अस्थम्याची लक्षणे दिसतात. अस्थम्याची लक्षणे काही लोकांमध्ये ताबडतोब तर काही लोकांमध्ये थोड्या वेळानंतर दिसू लागतात.

९. वातावरण (weather) **अथवा हवामान-**

वातावरणाच्या दाबात (atmospheric pressure) अथवा तपमानात बदल झाल्यास अस्थम्याची तीव्रताही कमी-जास्त झालेली आढळून येते. थंडीच्या ऋतूत अथवा हवेत आर्द्रता (humidity) अधिक असल्यास तसेच गडगडाटासह पाऊस पडत असल्यास अस्थम्याची लक्षणे दिसू लागतात. थंड आणि कोरड्या हवेमुळेदेखील अनेक लोकांचे श्वसनमार्ग आकुंचित होतात, म्हणून संवेदनशील लोकांनी आईस्क्रीम खाल्ल्यास अथवा थंडगार शीतपेये प्यायल्यास त्यांना अस्थम्याचा अॅटॅक येतो. थंडीच्या ऋतूत व्यायाम केल्यास व्यायाम करताना तुमचा श्वसनाचा वेग वाढतो व अधिक प्रमाणात थंडगार हवा आत घेतली जाते, त्यामुळेदेखील अस्थम्याची लक्षणे तीव्र स्वरुपात दिसून येतात.

काही व्यक्तींमध्ये उन्हाळ्यातही अस्थम्याची लक्षणे येतात. याचे प्रमुख कारण म्हणजे उन्हाळ्यातील गरम हवेत धूळ, वाहनांचा धूर

इत्यादि अधिक कालावधीपर्यंत तरंगत राहतात.

१०. श्वसनमार्गातील विषाणुसंसर्ग-

खूप लहान मुलांच्या श्वसनमार्गास जंतुसंसर्ग होत असतो. या संसर्गामुळे सर्दी होते, ताप येतो, डोके दुखते अशी लक्षणे दिसून येतात. वारंवार होणाऱ्या जंतुसंसर्गामुळे अस्थमा होण्याचा धोका वाढतो. श्वसनमार्गास जिवाणू (bacteria) अथवा विषाणूंचा (virus) संसर्ग होतो. जिवाणुसंसर्गामुळे सामान्यत: अस्थमा होत नाही. प्रतिजैविके दिल्यानंतर या जिवाणूंचा नायनाट होऊन बरे वाटते. पूर्वीपासून अस्थमा असल्यास मात्र वारंवार होणाऱ्या जिवाणूसंसर्गामुळे अस्थम्याची तीव्रता वाढते. जिवाणूसंसर्गामुळे श्वसनमार्गातील श्लेष्मल पदार्थांची निर्मिती वाढते.

प्रतिजैविके विषाणूंचा नायनाट करू शकत नाहीत. आपल्या शरीराची प्रतिकारक संस्था (Immune system) या विषाणूंचा नाश करते. काही वेळेस विषाणू शरीराच्या अंतर्गत असलेल्या पेशींमध्ये लपून बसतात आणि श्वसनमार्गास इजा करतात. त्यांच्यामुळे श्वसनमार्गास सुज येऊन श्लेष्मल पदार्थाची निर्मिती वाढते. काही विषाणू श्वसनमार्गाच्या अंतर्गत स्तराच्या संरचनेत बदल घडवून आणतात. काही विषाणू मेंदूकडून फुप्फुसांकडे येणाऱ्या संदेशांमध्ये अडथळा आणतात आणि त्यामुळे श्वसनमार्ग अरुंद बनतो.

'सायन्युसायटिस (sinusitis) या विकाराने ग्रस्त असलेल्या

रुग्णांच्या बाबतीत अस्थम्याची तीव्रता अधिक असते. डोळ्यांच्या वर आणि गालाच्या हाडांपाठीमागे कवटीमध्ये पोकळ जागा असतात. त्यांना सायनसेस (sinuses) असे म्हणतात. काही कारणाने सायनसेसना सुज आल्यास सायनसेस बंद होतात (blocked sinuses). त्यामुळे त्या जागी दबाव जाणवतो आणि दुखू लागते. अस्थमा असल्यास या दबावामुळे आणि दुखण्यामुळे श्वसनमार्गातील काही मज्जातंतू उत्तेजित होतात आणि त्यामुळे श्वसनमार्ग अरुंद बनतो.

डोळ्यांच्या मधील भागात दुखणे, चोंदलेले नाक, कानात दडे बसणे तसेच डोळ्यांभोवती, नाकाभोवती अथवा कपाळाच्या कानाजवळील भागाभोवती दबाव जाणवणे ही साधारणपणे सायन्युसायटिस या विकाराची लक्षणे आहेत.

११. छातीतील जळजळ-

अनेकदा जठरातील आम्ल अन्ननलिकेत प्रवेश करते आणि त्यामुळे छातीत जळजळ होते. अस्थम्याचे रुग्ण असणाऱ्या जवळजवळ सगळ्याच रुग्णांमध्ये हा विकार आढळून येतो. छातीत सातत्याने जळजळ होत राहिल्यास अन्ननलिकेत आलेले आम्ल स्वायत्त चेतासंस्थेतील 'व्हेगस नर्व्ह' (vagus nerve) या मज्जातंतूसाठी क्षोभकारकाचे (irritant) कार्य करते, त्यामुळे हा मज्जातंतू श्वसनमार्गाचे आकुंचन घडवून आणतो आणि अस्थम्याची लक्षणे दिसू लागतात. रात्रीच्या वेळेस तसेच झोपलेल्या उताण्या अवस्थेत छातीत जळजळ होण्याचे प्रमाण अधिक असते.

१२. ताणतणाव (stress)-

व्यक्ती ताणतणावाखाली असल्यास अस्थम्याची लक्षणे तीव्र स्वरुप धारण करतात. भावनिक दडपणामुळे रडणे, आरडाओरडा करणे, भीती वाटणे या सर्वांमुळे श्वसनमार्गातील मज्जातंतू उत्तेजित होतात आणि श्वसनमार्गाचे आकुंचन घडवून आणतात.

१३. रात्रीचा समय (Night time)-

रात्री अथवा अगदी पहाटे अस्थम्याची लक्षणे प्रकर्षाने दिसून येतात. या अस्थम्याच्या ॲटॅकशी त्यांना झगडावे लागते. अस्थमा रात्रीच्या वेळेस अधिक प्रबळ होण्याची ५ प्रमुख कारणे आहेत. ती पुढीलप्रमाणे-

(१) धुळीतील किडे हे अंथरुण, पांघरुण, गाद्या, उश्या येथे अधिक प्रमाणात असतात, त्यामुळे या धुळीतील किड्यांशी रात्रीच्या वेळेस निकटचा संपर्क येतो.

(२) रात्रीच्या वेळेस दिवसापेक्षाही अधिक थंडी असते, त्यामुळे अस्थम्यास उत्तेजना मिळते.

(३) काही ॲलर्जीकारकांचा तसेच क्षोभकारकांचा परिणाम उशिरा दिसून येतो. साधारणपणे ॲलर्जीकारकांचा आणि क्षोभकारकांचा परिणाम संपर्कानंतर चार ते आठ तासांनंतर दिसून येतो. संपर्कात येण्याची शक्यता दिवसा अधिक असल्यामुळे त्यांचा परिणाम रात्री दिसून येतो.

(४) काही विशिष्ट संप्रेरके श्वसनमार्गाच्या स्नायूंचे शिथिलीकरण

घडवून आणतात, त्यामुळे श्वसनमार्ग मोकळा राहण्यास मदत होते. या संप्रेरकांचे रक्तातील प्रमाण मध्यरात्रीनंतर खूपच घटते, त्यामुळे श्वसनमार्ग अरुंद होऊन मध्यरात्रीनंतर अस्थम्याची लक्षणे दिसून येतात.

(५) रात्रीच्या वेळेस, झोपलेल्या अवस्थेत छातीत होणारी जळजळ अधिक प्रमाणात होते.

प्रत्येक व्यक्तीच्या बाबतीत अस्थम्याच्या ॲटॅकला उद्युक्त करणारे नेमके कारक घटक शोधणे अवघड असते. याचे प्रमुख कारण म्हणजे एक व्यक्ती अनेक घटकांबाबत संवेदनशील असू शकते, त्यामुळे एकदा अस्थम्याचा ॲटॅक येऊन गेल्यानंतर त्या आधीच्या बारा तासांत तुम्ही कोणकोणत्या घटकांच्या संपर्कात आलात हे आठवून त्याची नोंद करावी, यामुळे अस्थम्यास उद्युक्त करणारे घटक ओळखण्यास मदत होते, तसेच डॉक्टरांनादेखील योग्य दिशेने व अधिक परिणामकारक उपचारपध्दती ठरविण्यास मदत मिळते.

❖

अस्थम्याचे निदान

अस्थम्याचे निदान कसे केले जाते?:-

अस्थम्याचे निदान लवकर होऊ शकत नाही. याचे प्रमुख कारण म्हणजे अस्थम्याच्या अनेक रुग्णांच्या बाबतीत घशातून 'घरघर' असा आवाज येत नाही. घशातून असा आवाज येऊ लागला, तरच श्वसनमार्गासंबंधी काहीतरी गंभीर समस्या आहे असे अनेक लोकांना वाटते. तोपर्यंत ते लक्षणांकडे दुर्लक्ष करतात किंवा अनेकदा डॉक्टरी सल्ला घेणेदेखील टाळतात. अगदी दैंनदिन काम करणे अशक्य झाले अथवा मध्यरात्री त्रास होऊ लागला किंवा वारंवार, सातत्याने अस्थम्याची लक्षणे दिसून येऊ लागली की, मगच ते डॉक्टरांकडे उपचारासाठी जातात. अस्थम्याचे निदान लवकर झाले तर त्यावर नियंत्रण मिळवणेही सोपे जाते आणि शिवाय फुप्फुसांचे पुढील काळात होणारे नुकसानही थांबविता येते.

अस्थम्याचे निदान करताना खालील बाबींचा विचार केला जातो.

रुग्णाचा पूर्वेतिहास (History):-

अस्थम्याचे निदान करताना लक्षणांच्या बाबतीत तीन महत्वाचे निकष लावले जातात, ते पुढीलप्रमाणे:

(१) 'घशातून घरघर' आवाज येणे, छातीत आवळल्याची भावना होणे, श्वासोच्छ्वासास त्रास जाणविणे आणि खोकला ही व यासारखी लक्षणे दिसून येणे.

(२) रात्री व पहाटे लक्षणांची तीव्रता गंभीर रुप धारण करते.

(३) क्षोभकारके, ॲलर्जीकारके, श्वसनमार्गातील जंतुसंसर्ग, अतिरेकी व्यायाम यांच्यासारख्या उद्दीपकांच्या संपर्कात आल्यानंतर अस्थम्याची लक्षणे प्रकर्षाने जाणविणे.

प्रत्येक व्यक्तीनुरूप अस्थम्याची लक्षणे बदलू शकतात. काही लक्षणे दिसून आली नाहीत म्हणजे तुम्हास अस्थमा नाही असे मुळीच नाही. काही लहान मुलांना सातत्याने खोकला होत असतो. त्यांच्या बाबतीत असा खोकला हे एवढेच अस्थम्याचे लक्षण असू शकते. डॉक्टरांना अस्थम्याचे अचूक निदान करता यावे म्हणून खालील माहिती तुम्ही त्यांना व्यवस्थितरित्या दिली पाहिजे.

(१) तुम्हास जाणवणाऱ्या लक्षणांचे स्वरुप

(२) ठराविक कालावधीमध्ये दिसून येणाऱ्या लक्षणांची वारंवारिता व स्वरुप (pattern and frequency)

(३) अस्थम्याच्या ॲटॅकला उद्युक्त करणारे, तसेच लक्षणांची तीव्रता वाढविणारे तुमच्या लक्षात आलेले घटक

(४) पूर्वी येऊन गेलेल्या अस्थम्याच्या ॲटॅक्सविषयी तसेच त्यांच्या लक्षणांविषयीची सविस्तर माहिती

(५) घरगुती तसेच व्यवसायाच्या ठिकाणी असलेल्या वातावरणाची माहिती

(६) सद्यः परिस्थितीत घेत असलेले तसेच पूर्वी घेतलेले उपचार यांविषयी माहिती

(७) तुमच्या दैंनदिन कामकाजावर होत असलेल्या परिणामांची माहिती

(८) कुटुंबातील इतर कोणी सदस्य या रोगाने पीडित आहेत की नाहीत याची माहिती

(९) पूर्वी घेतलेल्या उपचारांचा काय परिणाम झाला याची माहिती

(१०) लहान मुलांच्या बाबतीत आलेल्या पहिल्या ॲटॅकची सविस्तर माहिती, मुलास सर्दी होण्याची वारंवारिता, त्या वेळची सर्व बारीक सारीक लक्षणे या सर्वांची सविस्तर माहिती

विविध चाचण्या (Examinations):-

या चाचण्यांच्या आधारे अस्थम्याचे लवकर व अचूक निदान होण्यास मदत होते. सर्वप्रथम डॉक्टर स्टेथस्कोपच्या साहाय्याने फुप्फुसांची तपासणी करतात. ही तपासणी करताना अस्थमा किंवा श्वसनमार्गाचे रोग असल्यास स्टेथस्कोपमधून नेहमीपेक्षा वेगळ्या स्वरुपाचे आवाज डॉक्टरांना ऐकू येतात.

श्वसनविषयक चाचण्या (Breathing tests):-

या चाचण्यांद्वारे फुप्फुसांची कार्यक्षमता तसेच श्वासोच्छ्वास करण्याची क्षमता तपासली जाते, त्यामुळे अस्थम्याचे अचूक निदान होण्यासाठी या चाचण्या महत्वाच्या ठरतात. या चाचण्यांद्वारे उच्छ्वासाद्वारे हवा किती प्रमाणात बाहेर फेकली जाते, तसेच किती वेगाने फेकली जाते याचे मोजमाप केले जाते. या चाचण्या साध्या व सोप्या असून त्यांचा कोणत्याही प्रकारचा त्रास होत नाही. अर्थात अस्थम्याच्या रुग्णांना खोल श्वास घेणे व वेगाने श्वास बाहेर फेकणे या क्रियांसाठी अधिक श्रम घ्यावे लागत असल्याने त्यांना या चाचण्यांनंतर थोड्या प्रमाणात थकवा जाणवू शकतो.

श्वसनविषयक चाचण्या साधारणपणे दोन प्रकारच्या असतात.

(१) स्पायरोमेट्री (spirometry):-

या चाचणीसाठी एक अगदी साधे यंत्र (machine) वापरले जाते. हे यंत्र तुमची व्हायटल कपॅसिटी (vital capacity) आणि फोर्सड् एक्स्पायरेटरी व्हॉल्यूम (Forced Expiratory volume) अर्थात FEV या बाबींचे मोजमाप करते. तुमची फुप्फुसे किती हवा धरुन ठेवू शकतात याचे मोजमाप म्हणजे व्हायटल कपॅसिटी. एका सेकंदात फुप्फुसातून किती हवा बाहेर फेकली जाते याचे मोजमाप म्हणजेच फोर्सड् एक्स्पायरेटरी व्हॉल्यूम (FEV) होय. फुप्फुसातून किती वेळपर्यंत तुम्ही हवा बाहेर फेकू शकता याचेदेखील मोजमाप केले जाते.

या चाचणीत सर्व प्रथम फुप्फुसांमध्ये असलेली हवा उच्छ्वासावाटे बाहेर फेकण्यास सांगितले जाते व नंतर लगेच एक दीर्घ व खोल श्वास घेऊन जलद गतीने ही हवा बाहेर फेकण्यास सांगितले जाते. सुरूवातीच्या मोजमापांमध्ये काही वेगळेपणा आढळल्यास (abnormality) काही औषधे दिली जातात. या औषधांमुळे अरुंद झालेला श्वसनमार्ग शिथिल होऊन रुंदावतो. त्यानंतर पुन्हा अशीच चाचणी केली जाते. औषधे घेतल्यानंतर घेतलेल्या मोजमापांमध्ये चांगल्या स्वरुपाचा फरक आढळून आल्यास तुम्हास अस्थमा आहे असे समजले जाते. औषधे घेतल्यानंतर उच्छ्वासावाटे बाहेर फेकलेल्या हवेचे प्रमाण व वेग, औषधे घेण्यासाठी मोजलेल्या हवेच्या प्रमाण व वेगापेक्षा पंधरा टक्क्यांहून अधिक असल्यास अस्थमा असल्याचे निदान केले जाते.

अर्थातच औषधे घेतल्यानंतर मोजलेल्या हवेच्या प्रमाण व वेगात काहीही फरक नसल्यास त्याचा अर्थ तुम्हास मुळीच अस्थमा नाही असा मात्र नाही. सौम्य स्वरुपाचा अस्थमा असल्यास या चाचणीद्वारे केलेली मोजमापे सामान्य स्वरुपाची (normal) असू शकतात किंवा एक अॅटॅक येऊन गेल्यानंतर काही दिवसांनी मोजमाप घेतल्यास तेदेखील सर्वसामान्य स्वरुपाचे (normal) येऊ शकते. तीव्र स्वरुपाचा अस्थमा असल्यास सातत्याने काही आठवडे ही औषधे घ्यावी लागतात. तीव्र स्वरुपाचा अस्थमा असल्यास श्वसनमार्ग शिथिल होऊन रुंदावण्यासाठी एवढा कालावधी आवश्यक असतो.

(२) पीक एक्स्पायरेटरी फ्लो (peak Expiratory flow):-

ही एक अगदी साधी व सोपी चाचणी असून या चाचणीद्वारे तुम्ही किती वेगाने फुप्फुसातून हवा बाहेर फेकू शकता याचे मोजमाप केले जाते. या मोजमापास पीक एक्स्पायरेटरी फ्लो असे म्हणतात. ही चाचणी स्पायरोमेट्री या चाचणीपेक्षा अधिक लोकप्रिय आहे. या चाचणीकरता वापरले जाणारे यंत्र स्पायरोमेट्रीच्या यंत्रापेक्षा स्वस्त असते तसेच वापरण्यास सोपे असते आणि हे यंत्र सहजरित्या इकडून तिकडे हलविता येते. या यंत्रास पीक फ्लो मीटर (peak flow meter) असे म्हणतात. चाचणी करताना पीक फ्लो मीटरच्या नलिकेमध्ये आधी एक प्रदीर्घ श्वास घेऊन नंतर जोरात फुंकावयास सांगतात. पीक फ्लो मीटरच्या दुसऱ्या टोकाला एक स्प्रिंगला जोडलेला दट्ट्या (piston) असतो व त्यास एक तबकडी (dial) जोडलेली असते. नलिकेतून फुंकलेली हवा या दट्ट्यास ढकलते व हा दट्ट्या तबकडीवर मोजमाप दर्शवितो. हे मोजमाप डॉक्टरांना अस्थम्याची तीव्रता मोजण्यास मदत करते. अस्थम्याच्या रुग्णांना पीक फ्लो मीटर आपल्या घरी बाळगण्याचा सल्ला डॉक्टर देतात. त्याद्वारे रुग्ण रोजच्या रोज आपले पीक फ्लोचे मोजमाप स्वत: घेऊन त्याची नोंद ठेवू शकतो. गंभीर स्वरुपाचा अॅटॅक आल्यास पीक फ्लोचे मोजमाप अॅटॅकची तीव्रता ठरविण्यास मदत करते. तातडीचे वैद्यकीय उपचार घेण्याची गरज असल्यास ते रुग्णास या मोजमापावरुन स्वत:च समजून येते व तो तातडीने डॉक्टरांची मदत घेतो.

क्ष-किरण चाचणी (X-Ray):-

डॉक्टरांना तुम्हास सायन्युसायटिसचा त्रास असल्याची शंका आल्यास ते क्ष-किरण चाचणी करण्याचा सल्ला देतात. या चाचणीत नाकाच्या अंतर्गत भागात कोठे पेशीसमूहाची एकत्रितपणे वाढ झालेली आहे काय याचेदेखील निदान होते. या पेशीसमूहांच्या फुगवटारूपी वाढीला पॉलिप (polyp) असे म्हणतात. अस्थम्याच्या रुग्णांच्या नाकामध्ये सामान्यत: असे फुगवटे (पॉलिप) दिसून येतात. लहान मुलांची मात्र सायनसची क्ष-किरण चाचणी शक्यतो घेत नाहीत, कारण लहान मुलांच्या सायनसेस पूर्णपणे विकसित झालेल्या नसतात.

छातीची क्ष-किरण तपासणी सामान्यत: अस्थम्याच्या निदानासाठी केली जात नाही, मात्र श्वसनमार्गात इतर काही दोष आहे का हे तपासण्यासाठी डॉक्टर छातीची क्ष-किरण तपासणी करुन घेण्याचा सल्ला देऊ शकतात.

त्वचेच्या ॲलर्जीविषयक चाचण्या (skin allergy tests):-

सर्वसामान्यत: अस्थम्याच्या रुग्णांना कुठली ना कुठली तरी ॲलर्जी असते. लहान मुलांना ॲलर्जीमुळे अस्थमा होतो. मोठ्या वयाच्या रुग्णांना ॲलर्जी निर्माण होतात. त्वचेच्या ॲलर्जीविषयक चाचण्या केल्याने ॲलर्जीचे नेमके कारण शोधण्यास मदत होते, तसेच ॲलर्जी निर्माण करण्यास कारणीभूत असलेला नेमका घटक कोणता ते शोधून काढता येते. हा ॲलर्जीकारक नेमका घटक कळल्यास तो घटक टाळून अस्थम्याच्या ॲटॅकचे प्रमाण थोडे

मर्यादित करता येते.

त्वचेच्या ॲलर्जीविषयक चाचण्या तीन प्रकारच्या असतात. त्या पुढीलप्रमाणे :

प्रिक टेस्ट (prick test)- या चाचणीत ॲलर्जीकारक घटकाचा एक थेंब त्वचेवर टाकला जातो व त्या जागी त्वचा टोचतात.

स्क्रॅच टेस्ट (scratch test)- या चाचणीत त्वचेचा थोडासा भाग एका सुईच्या साहाय्याने वरच्यावर थोडासा खरडतात व त्या भागावर ॲलर्जीकारक घटक टाकतात.

इण्ट्राडर्मल टेस्ट (Intradermal test)- या चाचणीत त्वचेत ॲलर्जीकारक घटक इंजेक्शनच्याद्वारे टोचला जातो.

त्वचेच्या ॲलर्जीविषयक चाचण्या या सामान्यत: हातांवर आणि पाठीवर केल्या जातात. वरील तीन चाचण्यांपैकी प्रिक टेस्ट या चाचणीत ॲलर्जीकारक घटकाचा सर्वांत कमी प्रमाणात वापर केला जातो. त्वचेच्या ॲलर्जीविषयक चाचण्या प्रत्येक वेळेस ॲलर्जी नसली तरीसुध्दा चाचणीचा निकाल होकारार्थी असू शकतो.

प्रत्येक ॲलर्जीकारक घटकासाठी वेगळी वेगळी चाचणी केली जाते. वेगवेगळ्या ॲलर्जीकारक घटकांसाठी तुमच्या वेगवेगळ्या चाचण्या केल्या जातात. त्वचेत ॲलर्जीकारक घटक इंजेक्शनच्या द्वारे टोचल्यानंतर साधारण वीस मिनिटांच्या कालावधीनंतर प्रतिक्रिया दिसून येऊ लागते. ही प्रतिक्रिया म्हणजे त्वचेवर लाल चट्टा दिसू लागतो. या चट्ट्याचा मध्यभाग फिकट असतो. चट्ट्याचा भाग

सुजतो आणि खाजही सुटते. ॲलर्जीच्या तीव्रतेनुसार प्रतिक्रिया तीव्र अथवा सौम्य स्वरुपाची असते.

काही डॉक्टर्स ही चाचणी करतेवेळी एका वेळेस दोन ठिकाणी करतात. त्वचेवरील एका ठिकाणी साधे सलाईन द्रावण टोचले जाते तर दुसऱ्या ठिकाणी हिस्टामाईनसारखा ॲलर्जीकारक घटक टोचला जातो. सलाईनचे द्रावण (saline solution) टोचलेल्या ठिकाणी त्वचेवर कोणतीही प्रतिक्रिया दिसून येत नाही. हिस्टामाईन टोचलेल्या ठिकाणी खाजणे, आग होणे, लाल चट्टा उठणे, सुजणे अशा प्रकारच्या प्रतिक्रिया दिसून येतात. अशाप्रकारे चाचणी केल्याने डॉक्टरांना ॲलर्जीकारक घटकास त्वचेने दिलेल्या प्रतिक्रियेच्या तीव्रतेवरुन ॲलर्जीच्या तीव्रतेचा अंदाज करण्यास मदत मिळते.

रक्ताच्या तपासण्या (Blood tests):-

अस्थम्याचे योग्य व अचूक निदान करण्यासाठी बऱ्याच प्रकारच्या रक्ताच्या चाचण्या केल्या जातात, त्या पुढीलप्रमाणे:

इओसिनोफिल काऊंट (Eosinophil count)- इओसिनोफिल या एक प्रकारच्या रक्तपेशी (blood cell) असून पांढऱ्या रक्तपेशींचाच (white blood cell) एक गट प्रकार आहे. साधारणपणे शंभर पांढऱ्या पेशींमध्ये एक इओसिनोफिल पेशी आढळते. अस्थम्याच्या रुग्णांच्या बाबतीत इओसिनोफिलस् या पेशींची संख्या अधिक असते.

IgE प्रतिपिंडांची रक्तातील पातळी (IgE antibody level)- IgE या प्रतिपिंडांची रक्तातील पातळी अधिक असल्यास

रुग्णास आलेला अस्थम्याचा अ‍ॅटॅक अ‍ॅलर्जीकारक घटकामुळे आलेला असू शकतो असे निदान करणे शक्य असते. IgE या प्रतिपिंडाची पातळी वयानुसार वेगवेगळी आढळून येते. तान्ह्या मुलांमध्ये ही पातळी खूप कमी असते. वाढत्या वयानुसार वयाच्या तीस वर्षांपर्यंत ही पातळी हळूहळू वाढत जाते. वयाच्या चाळिशीनंतर ही पातळी हळूहळू कमी होऊ शकते. या चाचणीचे काही तोटेदेखील आहेत. या चाचणीद्वारा विशिष्ट अ‍ॅलर्जीकारक घटक कोणता ते ओळखता येत नाही तसेच आलेला अस्थम्याचा अ‍ॅटॅक हा अ‍ॅलर्जीकारक घटकामुळेच आलेला आहे असे ठामपणे निदानही करता येत नाही.

आर्टेरिअल ब्लड गॅसेस (Arterial blood gases)- ही चाचणी अस्थम्याचे निदान करण्यासाठी सरसकटपणे अथवा सररास वापरली जात नाही. आणीबाणीच्या प्रसंगी, रुग्णास दवाखान्यात भरती करण्याचा प्रसंग उद्भवल्यास ही चाचणी करण्याचा सल्ला देण्यात येतो. या चाचणीद्वारे रोहिणी (artery) या रक्तवाहिनीतील रक्तात कार्बन डायऑक्साईड तसेच ऑक्सिजन या वायूंचे प्रमाण किती आहे हे मोजले जाते. साधारणतः मनगटातील रोहिणीतून रक्त घेऊन ही चाचणी केली जाते. अस्थमा असल्यास अस्थम्यामुळे फुप्फुसांत होणाऱ्या वायूंच्या देवाणघेवाणीत अडथळा आणला जातो आणि त्यामुळे रक्तातील वायूंच्या प्रमाणात असंतुलन निर्माण होते. आणीबाणीच्या प्रसंगी अस्थम्याची तीव्रता ठरविण्यासाठी तसेच योग्य उपचारपध्दती ठरविण्यासाठी या चाचणीचा फार उपयोग होतो.

पल्स ऑक्सिमेट्री (pulse oximetry)- या चाचणीद्वारे रोहिणीमधील (artery) रक्तातील ऑक्सिजनचे प्रमाण मोजले जाते. ही एक सोपी चाचणी असून या चाचणीसाठी सुईने टोचून रक्त काढण्याचीदेखील गरज नसते. बोटाच्या टोकाला एक क्लिप (clip) अथवा चिमटा लावला जातो. ही क्लिप एका मॉनिटरला (monitor) जोडलेली असते. या मॉनिटरवरील काटा, रक्तातील ऑक्सीजनचे प्रमाण दर्शवितो. 'आर्टेरिअल ब्लड गॅसेस' या चाचणीइतकी पल्स ऑक्सिमेट्री ही चाचणी अचूक नसते, परंतु आणीबाणीच्या प्रसंगी रुग्णास बाहेरुन ऑक्सिजनचा पुरवठा करण्याची गरज आहे किंवा नाही हे शोधण्यासाठी या चाचणीचा वापर केला जातो. ही अतिशय सोपी चाचणी आहे आणि रुग्णाच्या रक्तातील ऑक्सिजनचे प्रमाण, इतर प्रकारचे उपचार चालू असतानादेखील, सातत्याने मोजता येते.

अस्थमा चॅलेंज चाचण्या (Asthma challenge tests)- अस्थम्याच्या दोन अॅटॅक्सच्या मधील काळात अस्थम्याची कोणतीही लक्षणे दिसून येत नसल्यास त्या काळात केलेल्या चाचण्या अचूक निदान करतीलच याची खात्री नसते, त्यामुळे अचूक निदान करणे व उपचार पध्दती ठरविणे अवघड होते. अशा वेळेस अस्थमा चॅलेंज चाचण्या करण्याचा सल्ला दिला जातो. या चाचण्या फक्त प्रौढांसाठी असून लहान मुलांसाठी नसतात.

या चाचण्या दोन प्रकारच्या असतात.

(१) इनहेलेशन चॅलेंज (Inhalation challenge)

(२) एक्सरसाईझ चॅलेंज (Exercise challenge)

इनहेलेशन चॅलेंज चाचणीत थोड्या थोड्या प्रमाणात अॅलर्जीकारके श्वासावाटे आत घेण्यास सांगितली जातात, त्यामुळे श्वसनमार्गावर परिणाम होऊ लागतो. मग स्पायरोमेट्री ही चाचणी केली जाते. श्वसनमार्गावर अॅलर्जीकारकाचा काही परिणाम न झाल्यास श्वासावाटे आत घेण्यात येणाऱ्या अॅलर्जीकारकाचे प्रमाण वाढविले जाते व पुन्हा चाचणी घेतली जाते. फुप्फुसांची कार्यक्षमता साधारण वीस टक्के इतकी कमी होईपर्यंत ही क्रिया पुन्हा पुन्हा केली जाते.

एक्सरसाईझ चॅलेंज टेस्ट या चाचणीदरम्यान रुग्णास ट्रेडमिल (trademill) अथवा एका जागी स्थिर अशा सायकलीवर व्यायाम करण्यास सांगितला जातो व व्यायामाआधी तसेच व्यायाम सुरू असताना आणि व्यायाम संपल्यानंतर स्पायरोमेट्री ही चाचणी केली जाते. जर पीक फ्लो (peak flow)चे प्रमाण बारापेक्षा अधिक टक्कयांनी कमी झालेले आढळले तर व्यायामामुळे रुग्णास अस्थम्याचा अॅटॅक येतो असे निदान करण्यात येते.

अस्थमा चॅलेंज टेस्ट या चाचणीदरम्यान शरीर अतिशय तीव्र स्वरुपाची प्रतिक्रिया (reaction) देऊ शकते आणि रुग्णास आणीबाणीच्या स्वरुपातील अस्थम्यासंबंधी उपचार द्यावे लागतात, हे जरुर लक्षात ठेवावे. काही रुग्णांच्या बाबतीत या प्रतिक्रिया चाचणीनंतर उशिरादेखील दिसून येऊ शकतात. याच कारणासाठी या चाचण्या

साधारणपणे दवाखान्यातच केल्या जातात. रुग्णांना एक संपूर्ण दिवस दवाखान्यात राहून, प्रशिक्षित तज्ज्ञांकडून चाचण्या करून घ्याव्या लागतात.

अस्थम्याची लक्षणे दर्शविणारे काही इतर आजार:-

श्वसनमार्गाशी संबंधित काही आजारांमध्ये अस्थम्यासारखी लक्षणे दिसून येतात. ही लक्षणे दिसून आली म्हणजे रुग्णास अस्थमा आहे असे निदान करणे चुकीचे ठरते. हे आजार पुढीलप्रमाणे:

क्रॉनिक ब्रॉन्कायटिस (chormic bronchitis)-

वृध्द रुग्णांच्या बाबतीत क्रॉनिक ब्रॉन्कायटिस आणि अस्थमा यात लक्षणांवरून फरक करणे अवघड असते. बऱ्याच वेळेस दोन्ही आजार रुग्णास असू शकतात. अर्धवट उपचार झालेल्या अस्थम्यामुळे पुढे क्रॉनिक ब्रॉन्कायटिस होऊ शकतो, त्याचप्रमाणे काही वेळेस क्रॉनिक ब्रॉन्कायटिसचे रूपांतरही अस्थम्यात होऊ शकते.

कार्डिॲक अस्थमा (cardiac asthma)-

हृदय विकारामुळे श्वसनास त्रास होत असल्यास अशा परिस्थितीतील रुग्णास कार्डिॲक अस्थमा आहे असे म्हणतात, यामुळे झोपेदरम्यान आणि काही वेळा दमणुकीमुळे श्वासोच्छ्वासास त्रास होतो, यामुळे श्वास घेताना तसेच उच्छ्वास बाहेर टाकताना, दोन्ही वेळा त्रास होतो. यामुळे श्वास घुसमटूदेखील शकतो. या प्रकारच्या अस्थम्याचा प्रत्येक ॲटॅक साधारणत: काही मिनिटांपासून

काही तासांपर्यंत टिकू शकतो. प्रत्येक ॲटॅक येऊन गेल्यानंतर रुग्णास अत्यंत थकवा येतो.

हिस्टेरियामुळे उदभ्‌वणारा अस्थमा:-

अनेकदा अजाणतेपणी हिस्टेरियाच्या ॲटॅकला अस्थम्याचा ॲटॅक समजला जातो. व्यवस्थित वैद्यकीय तपासणी तसेच रुग्णाच्या पूर्वेतिहासाचा अभ्यास या दोन्हीच्या मदतीने अचूक निदान करणे शक्य होते.

इतर काही आजार:-

काही वेळेस फुप्फुसांच्या कर्करोगाची लक्षणे अस्थम्याच्या लक्षणांसारखी दिसू शकतात. कर्करोगाच्या पेशींच्या फुप्फुसावर होणाऱ्या वाढीमुळे श्वसनास अडथळा येतो तसेच घशातून 'घरघर' असा आवाजही येऊ लागतो. काही वेळा धूर अथवा धुळीच्या संपर्कात आल्यानेदेखील अशी लक्षणे दिसू शकतात.

❖

अस्थमा व्यवस्थापन

अस्थम्याच्या व्यवस्थापनाची प्रमुख उद्दिष्टे कोणती?

अस्थमा व्यवस्थापनाचे चार प्रमुख उपाय आहेत.

(१) सर्वसामान्य जीवनशैली (Normal lifestyle):-

अस्थम्याचा अ‍ॅटॅक येऊन गेल्यानंतर तुमची जीवनशैली पुन्हा पूर्ववत झाली पाहिजे, यामुळेच तुम्ही तुमची दैनंदिन कार्ये योग्यरीत्या पार पाडू शकाल; यासाठी पर्यावरणातील अ‍ॅलर्जीकारक घटकांवर शक्य तितकी मर्यादा घालणे महत्वाचे असते.

(२) व्यत्ययारहित झोप (undisturbed sleep):-

योग्य उपचारांनी रात्री अथवा पहाटे येणारा अस्थम्याचा अ‍ॅटॅक नियंत्रित करावा म्हणजेच व्यत्ययरहित झोप मिळू शकते.

(३) काही विशिष्ट औषधांचा कमीतकमी वापर:-

ब्रॉन्कोडायलेटर्स (bronchodilators) या प्रकारची औषधे सातत्याने घेतल्यास अस्थम्याचे व्यवस्थापन करण्यावर त्याचा विपरीत परिणाम होऊ शकतो. ब्रॉन्कोडायलेटर्स ही औषधे श्वसनमार्गाला रुंद करतात.

(४) फुफ्फुसांचे कार्य पुन्हा पूर्ववत होणे (Normalization of lung functions):-

अस्थम्याचा ॲटॅक येऊन गेल्यानंतर फुफ्फुसांचे कार्य पुन्हा पूर्ववत सर्वसामान्य पध्दतीने लवकरात लवकर सुरू होणे महत्वाचे असते. त्यायोगे फुफ्फुसांच्या क्षमतेतील घट कमीतकमी प्रमाणात होण्यास मदत होते. पीक फ्लो अथवा स्पायरोमेट्री या चाचण्यांद्वारे फुफ्फुसांची कार्यक्षमता मोजली जाते.

परिणामकारकरीत्या अस्थम्याचे व्यवस्थापन कसे करावे?:-

अस्थम्याचे परिणामकारक व्यवस्थापन करण्याचे तीन प्रमुख टप्पे आहेत.

(१) अस्थम्याविषयक शिक्षण (Education)-

या शिक्षणामुळे तुम्ही अस्थम्याचे नियंत्रण करू शकता, अस्थमा तुमच्यावर नियंत्रण ठेवू शकत नाही.

(२) पर्यावरणातील घटकांवरील नियंत्रण-

या नियंत्रणामुळे पर्यावरणातील कारक घटकांचे सान्निध्य टाळले जाऊन, नंतर येणाऱ्या अस्थम्याच्या ॲटॅकवर थोडे फार नियंत्रण मिळवता येते.

(३) योग्य औषधे-

योग्य त्या औषधांमुळे फक्त अस्थम्याची तीव्रता कमी होत नसून फुफ्फुसांची कार्यक्षमता पूर्ववत होण्यासही मदत मिळते.

अस्थम्याच्या व्यवस्थापनातील शिक्षणाची भूमिका:-

अस्थम्याचे योग्य व्यवस्थापन करण्याचा सर्वोत्तम मार्ग म्हणजे तुमच्यावर चालू असलेल्या उपचारांविषयी संपूर्ण माहिती करुन घेणे. अस्थम्याची लक्षणे सातत्याने आढळून येत नाहीत. कधी ही लक्षणे तीव्र असतात तर कधी अगदी सौम्य स्वरुपाची असतात. या बदलत्या स्वरुपामुळे एकच औषध दर वेळेस परिणामकारक ठरेलच असे नाही. उपचारांमध्ये बदल होऊ शकतात. योग्य पध्दतीने व योग्य तेच उपचार होण्यासाठी तुम्हास खालील महत्वाच्या गोष्टी माहीत करुन घ्याव्या लागतील:-

(१) आपल्या अस्थम्याचे स्वरुप तसेच अस्थम्यास उद्युक्त करणारे घटक यांची नीट माहिती करुन घ्यावी.

(२) अस्थम्यावरील औषधांची तसेच त्यांच्या अतिरिक्त परिणामांची (side effects) पूर्ण माहिती करुन घ्यावी.

(३) औषधांचे प्रमाण व औषधे घेण्याची पध्दत यांची नीट माहिती असावी.

(४) अस्थम्याचा ॲटॅक गंभीर स्वरुपाचा असताना आढळणाऱ्या लक्षणांची नीट माहिती करुन घ्यावी. या लक्षणांवरून अस्थम्याची तीव्रता लक्षात येऊन आणीबाणीच्या प्रसंगी वेळेवर मदत मिळू शकते; अन्यथा या लक्षणांकडे दुर्लक्ष केले जाऊन गंभीर परिस्थिती ओढविण्याची शक्यता असते.

पर्यावरणातील घटकांवरील नियंत्रण:-

अस्थम्यावरील औषधे सुरू केल्यावर त्याचबरोबर पर्यावरणातील कारक घटकांवर नियंत्रण ठेवण्यास सुरूवात करावी. अस्थम्यास उद्युक्त करणाऱ्या घटकांचे सान्निध्य टाळू शकल्यास औषधेदेखील कमी प्रमाणात घ्यावी लागतात. दरवेळेस हे घटक ओळखणे अवघड असते, कारण दिवसभरात आपण पर्यावरणातील अनेक घटकांच्या सान्निध्यात येत असतो. यासाठीच अस्थम्याचा ॲटॅक येण्याच्या बारा तास आधी रुग्ण कोणकोणत्या घटकांच्या सान्निध्यात आला होता याची नोंद करावी व ही नोंद प्रत्येक वेळेस करावी. या यादीमुळे डॉक्टरांना तुमच्या अस्थम्यास उद्युक्त करणाऱ्या पर्यावरणातील उद्दीपक घटकांबद्दल विस्तृत माहिती उपलब्ध होते.

अन्नघटक (Foods)-

अस्थम्याचा ॲटॅक येण्यास उद्युक्त करणारे नेमके अन्नघटक लक्षात आले की, ते घटक टाळून अस्थम्यावर थोड्या प्रमाणात नियंत्रण मिळविता येऊ शकते. बाजारातून तयार खाद्यपदार्थ विकत घेताना त्यातील सर्व घटकांची यादी नीट वाचावी. एखाद्या प्रिझर्व्हेटिव्हची अथवा खाद्यरंगाची अनेकांना ॲलर्जी असू शकते. एखाद्या खाद्यपदार्थाच्या पाकिटावर त्यातील घटकांची यादी दिलेली नसल्यास व तो पदार्थ खाल्ल्याने पूर्वी अस्थम्याचा ॲटॅक आलेला असल्यास तो विशिष्ट खाद्यपदार्थ विकत घेऊन खाणे पूर्णपणे टाळावे.

अनेक लोकांना एका गटातील सर्व अन्नघटकांची ॲलर्जी असू शकते. तुम्हास संत्र्याची ॲलर्जी असेल तर मोसंब्याचीदेखील ॲलर्जी असू शकते. एका गटातील विविध अन्नघटकांच्या ॲलर्जीस क्रॉस-रिॲक्शन (cross reaction) असे म्हणतात. ॲलर्जी नसलेले दोन वेगवेगळे अन्नघटक जर जोडीने, एकाच वेळेस खाल्ले तरी त्या मिश्रणाची ॲलर्जी येऊ शकते.

रोजच्या आहारातील अन्नपदार्थातील अनेक घटकांपैकी कोणते घटक ॲलर्जीकारक ठरु शकतात त्याचीही माहिती करून घेणे महत्वाचे असते. उदाहरणार्थ, दुधाची ॲलर्जी असणाऱ्या व्यक्तींनी केसीन (casein), कॅल्शियम कॅसिनेट (calcium caseinate) किंवा दह्यास सुटलेले पाणी (whey) हे घटक असलेले अन्नपदार्थ टाळले पाहिजेत. त्याचप्रमाणे मक्याची ॲलर्जी असणाऱ्या व्यक्तींनी मक्यापासून बनविलेला मद्यार्क, कॉर्न सायरप (corn syrup), कॉर्नफ्लोअर किंवा मक्याच्या पिठापासून बनविलेले इतर पदार्थ टाळले पाहिजेत.

धुळीतले किडे (Dust mites)-

हे अगदी छोटे किडे असतात आणि साधारणत: गाद्या, चादरी, उशा, सोफासेटवरील कुशन्स इत्यादि ठिकाणी आढळतात. हे किडे व त्यांची विष्ठा या दोन्हीमुळे ॲलर्जी निर्माण होऊ शकते. घरातून या किड्यांना पूर्णपणे बाहेर काढणे अवघड असले तरी काही सोप्या उपायांद्वारे त्यांची संख्या निश्चितच कमी करता येते; हे

सोपे उपाय पुढीलप्रमाणे:

(१) दमट हवामान असल्यास वातानुकूलन यंत्राचा वापर करणे.

(२) घरातील गाद्या, उशा, चादरी इत्यादी वस्तू नियमितपणे झटकून स्वच्छ करणे.

(३) गालिचांचा कमीतकमी वापर करणे व गालीचा वापरावयचा असल्यास तो स्वच्छ राखणे.

(४) घरातील फर्निचर, पडदे व इतर वस्तू रोज स्वच्छ ठेवणे.

झुरळे-

विशेषत: लहान मुलांच्या बाबतीत मेलेल्या झुरळाच्या शरीराचे अवयव आणि त्यांची विष्ठा या दोन्हीमुळे अस्थम्याचा प्रादुर्भाव होऊ शकतो. घरास शक्य तितके झुरळमुक्त करण्याचा प्रयत्न करावा, त्यासाठी नियमितपणे संपूर्ण घराची स्वच्छता करावी.

झुरळे मारण्यासाठी कीटकनाशक औषधे फवारणे टाळावे. या फवाऱ्यांमुळेदेखील श्वसनमार्गाचा क्षोभ होऊन अस्थमा होऊ शकतो, त्याऐवजी झुरळनाशक खडू, गोळ्या मिळतात त्या वापराव्यात. बोरिक पावडरच्या गोळ्यासुध्दा परिणामकारकरीत्या झुरळांची संख्या कमी करतात. झुरळे खूपच जास्त होऊन कीटकनाशक औषधे फवारण्याशिवाय गत्यंतर नसेल तर ॲलर्जी असलेल्या व्यक्तीस व लहान मुलांना घराबाहेर हलविणे महत्वाचे असते. फवारणी झाल्यानंतर काही तास घराची दारे, खिडक्या उघडी ठेवावीत. काही तासांनंतर ओल्या फडक्याने फरशी स्वच्छ पुसून घ्यावी. उरलेले अन्न घट्ट

झाकणाच्या डब्यात ठेवावे. घरातील कचऱ्याची बादलीदेखील झाकून ठेवावी. शक्यतो खरकटी भांडी जेवण झाल्यानंतर लगेच रात्री घासून टाकावीत. हे शक्य नसल्यास निदान नुसत्या पाण्याने विसळून तरी ठेवावीत. आपले स्वयंपाकघर स्वच्छ, हवेशीर आणि भरपूर उजेड असलेले असे असावे.

बुरशी-

बुरशी अंधाऱ्या व दमट जागी वाढते. घरातील भिंतींना ओल येत असल्यास त्या जागी बुरशी वाढते, म्हणून ओल येणाऱ्या भिंती ताबडतोब दुरुस्त करुन घ्याव्यात. घरात कुठेही ओल येऊ देऊ नये. बुरशीस प्रतिबंध करणारे काही उपाय पुढीलप्रमाणे:

(१) चामड्याच्या वस्तू स्वच्छ व कोरड्या ठेवाव्या.

(२) शक्य असल्यास डी-ह्युमिडिफायर (dehumidifier) या दमटपणा कमी करणाऱ्या उपकरणाचा वापर करुन ओलसरपणा कमी करणे-

(३) घरातील रेफ्रिजेटरची नियमितपणे स्वच्छता करुन फ्रीज ब्लीचींग पावडर व पाण्याने पुसून कोरडा करणे.

(४) सिंक, बाथरुम, वातानुकूलन यंत्रे इत्यादि ठिकाणची बुरशी हटविण्यासाठी तेथे बुरशीनाशक औषध फवारणे.

पाळीव प्राणी-

सर्व पाळीव प्राण्यांच्या शरीरावरील केस, त्वचेवरील खपल्या, लाळ इत्यादि सर्व गोष्टी अस्थम्यास उद्युक्त करू शकतात. अस्थम्याच्या

रुग्णांनी प्राणी पाळणे टाळावे तसेच प्राण्यांच्या केसांपासून (fur) बनविलेल्या अथवा कृत्रिम फरपासून बनविलेल्या वस्तू वापरणे टाळावे. प्राण्यांच्या शरीरावरील केस व त्वचेच्या सूक्ष्म खपल्या घरभर पडत असतात, त्यामुळे पाळीव प्राणी दुसऱ्यांना देऊन टाकल्यानंतरही घराची पूर्ण स्वच्छता करावी. घरात पाळीव प्राणी सांभाळायचेच असल्यास खालील बाबी जरुर लक्षात ठेवाव्यात.

● तुमच्या प्राण्याची राहण्याची सोय घराबाहेर करावी; ते शक्य नसल्यास प्राण्यांना निदान शयनगृहात येण्याची बंदी करावी.

● रात्रीच्या वेळेस प्राण्यांच्या जवळ जाऊ नये. अस्थम्याचा ॲटॅक साधारणपणे रात्रीच येतो.

● प्राण्यांना हात लावल्यानंतर प्रत्येक वेळी साबणाने स्वच्छ हात धुवावे.

● आठवड्यातून एकदा प्राण्यास आंघोळ घालावी. मांजरांना पाणी आवडत नाही, पण हळूहळू त्यांना त्याची सवय होते.

● पाळीव प्राण्यांना आपल्या गाडीत (car) घेऊन प्रवास करू नये. त्यांच्या त्वचेच्या खपल्यांचे सूक्ष्म कण गाडीतील सीटवर बराच काळ तसेच राहू शकतात.

घरातील हवेचे प्रदूषण (Indoor Air Pollution)-

स्वयंपाक करताना, धूम्रपान करताना अनेक ॲलर्जीकारक घटक हवेत मिसळतात. अनेक ॲलर्जीकारक घटक वाऱ्याबरोबर बाहेरुन घरात येतात. या घटकांमुळे घरातील हवा प्रदूषित होते व अस्थम्याचा

ॲटॅक येण्याचा धोका वाढतो. रोज घराची व घरातील फर्निचरची नियमित स्वच्छता गरजेची आहे, तसेच हवेत स्प्रे मारणे (sprays) टाळावे. रॉकेलचा स्टोव्ह, कोळशाचा वापर करुन स्वयंपाक करणे टाळावे. सुगंधी परफ्यूमचा वापर, सौंदर्य प्रसाधनांचा वापर टाळावा. घरातील स्वयंपाकाचा धूर टाळण्यासाठी स्वयंपाकघरात चिमणीचा (chimney) वापर करावा.

धूम्रपान-

घरातील हवा प्रदूषित होण्याचे सर्वांत महत्वाचे कारण म्हणजे धूम्रपान होय. या प्रदूषणापासून बचाव करण्यासाठी खालील सूचना पाळाव्यात:

- धूम्रपान टाळावे.
- घरातील इतर व्यक्ती धूम्रपान करीत असल्यास त्यांना धूम्रपान न करण्याची विनंती करावी.
- धूम्रपान करण्याऱ्या लोकांपासून दूर राहावे.
- धूम्रपान करणाऱ्या लोकांबरोबर एकाच गाडीतून एकत्र प्रवास करणे टाळावे.

घराबाहेरील वायुप्रदूषण-

वातावरणात तरंगत असणाऱ्या परागकणांसारख्या सूक्ष्म कणांमुळे अस्थम्यास चालना मिळते. घराबाहेर पडणे आपण पूर्णपणे टाळू शकत नाही, परंतु काही विशिष्ट उपायांद्वारे आपण या उद्दीपिकांचा आपल्या श्वसनमार्गाशी येणारा संपर्क कमी करू शकतो. हे उपाय

अगदी सोपे असतात, त्यापैकी काही उपाय पुढीलप्रमाणे-

● परागकण हवेत पसरण्याचा एक ठराविक कालखंड असतो. त्या कालखंडात शक्य तितका अधिक वेळ घरातच राहावे.

● बाहेर वारा सुटलेला असल्यास घराबाहेर पडणे किंवा खूप वेळ घराबाहेर काढणे टाळावे.

● चालणे, धावणे यांसारखा व्यायाम सकाळी लवकर उठून करावा. या पहाटेच्या वेळेला वायुप्रदूषणाचे प्रमाण कमी असते. शक्यतो व्यायाम घरातच करावा व ते शक्य नसल्यास बागेत अथवा जेथे वायुप्रदूषणाचे प्रमाण कमी असेल त्या ठिकाणी व्यायाम करावा;

● बागेत झाडाझुडपांची देखभाल करताना किंवा इतर बागकामे करताना नाका-तोंडावर रुमाल बांधावा किंवा औषधांच्या दुकानात विशिष्ट मास्क (mask) मिळतो तो बांधावा. काम संपल्यावर लगेच स्वच्छ आंघोळ करावी, यामुळे शरीरावर चिकटलेले परागकण किंवा वनस्पतींचे इतर काही कण धुवून टाकले जातात.

व्यवसायाशी निगडित अशी अस्थम्यास उद्युक्त करणारी उद्दीपके-

कामाच्या ठिकाणी असणाऱ्या विशिष्ट घटकामुळे अस्थम्याची लक्षणे दिसून येतात असे तुमच्या डॉक्टरांचे निदान असल्यास त्या घटकाशी आपला संपर्क येऊ देणे टाळावे; शक्य असल्यास तुमचे काम अथवा कामाचे स्वरुप बदलावे; ते शक्य नसल्यास काही संरक्षणात्मक साधने (protective gear) वापरुन त्या घटकाचा

संपर्क कमीतकमी होईल अशी दक्षता घ्यावी- तो विशिष्ट घटक बदलून तसेच परिणाम देणारा दूसरा घटक वापरून पाहावा किंवा तो विशिष्ट घटक वापरण्याची पध्दती बदलून पाहावी.

श्वसन मार्गास होणारा जंतुसंसर्ग-

सर्दी-खोकल्यासारखे आजार पूर्णपणे टाळता येणे फार अवघड असते, परंतु निरोगी जीवनशैलीचा अवलंब करुन अशा जंतुसंसर्गाचा धोका थोड्या प्रमाणात कमी करता येतो, यासाठी खालील मार्गदर्शक तत्त्वे पाळावीत.

● रोज संतुलित आहार घ्यावा. खाद्यरंगासारखी अन्नपूरके (food additives) किंवा प्रिझर्व्हेटिव्ह घातलेले अन्नघटक पूर्णपणे टाळावे. भरपूर प्रमाणात ताजी फळे व भाज्या खाव्यात.

● डॉक्टरांच्या सल्ल्याने आपल्या शरीर प्रकृतीस मानवेल असा व्यायाम प्रकार निवडून नियमितपणे व्यायाम करावा. नियमितपणे व्यायाम केल्यास फुप्फुसांची कार्यक्षमता वाढते आणि सामान्य स्वरुपाच्या जंतुसंसर्गाचा धोका कमी होतो.

● भरपूर पाणी प्यावे. शरीरातील पाण्याचे प्रमाण कमी झाल्यास श्वसनमार्गातून स्त्रवणारा श्लेष्मल पदार्थ (mucus) घट्ट होतो. असा दाट झालेला अथवा घट्ट झालेला श्लेष्मल पदार्थ श्वासावाटे आत आलेल्या ॲलर्जीकारक घटकांना प्रभावीपणे बाहेर ढकलू शकत नाही.

● साध्यासुध्या आजारांसाठीदेखील स्वतःच्या मनाने, स्वतःच

औषधे घेऊ नये. साध्या सर्दी-खोकल्यासाठी असलेल्या काही औषधांमुळे अस्थमा बळावू शकतो.

● सर्दी-खोकला झालेल्या इतर लोकांशी संपर्क टाळावा.

● तीव्र स्वरुपाचा अस्थमा असलेल्यांनी इन्फ्लुएन्झाची (Influenza) लस घेणे हितावह ठरते. या लशीचा परिणाम थोड्या कालावधीपुरताच असतो, त्यामुळे ही लस दरवर्षी घेणे योग्य ठरते.

● थंडीच्या दिवसात तसेच वारा वाहात असताना गरम कपडे घालावेत. बाहेर पडताना नाका तोंडावर रुमाल बांधावा.

छातीतील जळजळ (Heart burn):-

अनेकदा जठरातील आम्ल उलट्या दिशेने अन्ननलिकेत प्रवेश करते व पोटात आणि छातीत जळजळते. अन्ननलिकेच्या जठरातील प्रवेशद्वारापाशी एक झडप (value) असते, ही झडप जठरातून अन्ननलिकेत अशा उलट्या दिशेने अन्नाचा प्रवास रोखून धरते. या झडपेत काही बिघाड निर्माण झाल्यास छातीतील जळजळ वाढते. रात्रीच्या वेळेस आडवे पडल्यानंतर छातीतील जळजळ प्रामुख्याने वाढते, त्यामुळे छातीतील जळजळीमुळे होणारा अस्थम्याचा त्रास रात्री झोपल्यानंतर होऊ लागतो. हा त्रास कमी करण्यासाठी खालील मार्गदर्शक तत्त्वे पाळावी.

● रात्री झोपताना डोक्याकडील बाजू थोडी उंचावर ठेवावी. डोक्याखाली उशी जरुर वापरावी.

● एकाच वेळेस पोट गच्च भरेल इतके जेवण जेवण्याऐवजी

थोड्या थोड्या अंतराने थोडे थोडे खात जावे.

● धूम्रपान करू नये. धूम्रपानामुळे अन्नपचनाच्या क्रियेत अडथळा निर्माण होऊ शकतो.

● रात्रीच्या जेवणानंतर कमीतकमी दोन-तीन तासांपर्यंत झोपावयास आडवे पडणे टाळावे.

● तंतुमय पदार्थांचा आपल्या आहारात भरपूर प्रमाणात समावेश करावा.

● पचावयास जड तसेच अति मसालेदार पदार्थ खाणे टाळावे.

● मद्य, चहा, कॉफी तसेच कॅफेनयुक्त (caffeine) शीतपेये टाळावीत.

❖

औषधोपचार

अस्थम्यावरील उपचार म्हणून वापरण्यात येणारी औषधे तसेच त्यांच्या डोसचे प्रमाण प्रत्येक ॲटॅकच्या वेळी एकच असेल असे नाही. अस्थम्याचे स्वरुप तीव्र झाल्यास डॉक्टर काही नवी औषधे देतात किंवा औषधाचा डोस वाढवितात, त्याचप्रमाणे बरे वाटल्यानंतर औषधे बंद करावयास सांगतात किंवा पहिल्या औषधाचा डोस कमी करण्यास सांगतात.

अस्थम्यावरील उपचार म्हणून दोन प्रकारची औषधे वापरली जातात.

(१) ब्रॉन्कोडायलेटर्स (Bronchodilators)-

ही औषधे रुग्णाच्या श्वसनमार्गाचे स्नायू शिथिल करतात, त्यामुळे श्वसनमार्ग रुंद होतो आणि रुग्णास आराम वाटू लागतो. ही औषधे अस्थम्याचा ॲटॅक टाळू शकतात किंवा आलेल्या ॲटॅकची तीव्रता कमी करतात. साधारणपणे ही औषधे श्वासावाटे आत घेण्यात येणाऱ्या औषधांच्या म्हणजेच इनहेलर्सच्या (inhalers)

स्वरुपात उपलब्ध असतात. ही औषधे द्रवरुपात, (liquid) गोळ्यांच्या स्वरुपात तसेच कॅप्सूलच्या स्वरुपातही उपलब्ध असतात. या औषधांचे तीन प्रमुख प्रकार पडतात : बीटा-२ ॲगोनिस्ट (beta2 agonists), मेथिलझॅन्थीन्स (Methylxanthines) आणि ॲण्टिकोलिनर्जिक्स (anticholinergics). हे तीन प्रकार होत.

(२) बीटा-२ ॲगोनिस्ट (beta-2 agonists)- या औषधांमुळे सिम्पथॅटिक चेतासंस्था (sympathetic nervous system) उत्तेजित होते. सिम्पथॅटिक चेतासंस्था ही स्वायत्त चेतासंस्थेचाच एक भाग आहे (autonomous nervous system). सिम्पथॅटिक चेतासंस्था ही अनैच्छिक (involuntary) क्रियांवर नियंत्रण ठेवत असून प्रामुख्याने हृदय, रक्तवाहिन्या इत्यादी अवयवांवर नियंत्रण ठेवते.

बीटा ब्लॉकेज सिध्दांत हा या आधीच्या प्रकरणांत विस्ताराने वर्णन केलेला आहे. या सिध्दांतानुसार दमेकरी रुग्णांच्या शरीरातील बीटा-२ ही संग्राहक केंद्रे अथवा रिसेप्टर्स (receptors) हे विकृत (abnormal) स्वरुपाचे असतात, त्यामुळे मेंदूकडून मिळणारे आदेश त्यांच्यापर्यंत पोहोचू शकत नाहीत व त्यामुळे श्वसनमार्ग आकुंचित होऊन अरुंद बनतो. बीटा-२ ॲगोनिस्ट ही फुफ्फुसाच्या संग्राहक केंद्रावर म्हणजेच रिसेप्टर्सवर परिणाम करतात. ही औषधे श्वसनमार्गाच्या स्नायूंमधील बीटा-२ या संग्राहक केंद्रांना अथवा रिसेप्टर्सना उत्तेजित करतात. हे रिसेप्टर्स उत्तेजित झाल्यामुळे श्वसनमार्गाचे स्नायू शिथिल

होतात आणि श्वसनमार्ग रुंद होतो. या औषधांचे फायदे व तोटे खाली विस्तृत स्वरुपात दिले आहेत.

बीटा-२ ॲगोनिस्ट या प्रकारच्या औषधांचे फायदे व तोटे:

फायदे-

● ही औषधे सुरक्षित असून त्यांचे परिणाम त्वरित दिसून येतात, ते श्वसनमार्ग शिथिल करतात.

● ही औषधे अनेक स्वरूपात उपलब्ध असतात, त्यामुळे रुग्णाच्या प्रकृतीनुसार उपचार करता येतात.

● बीटा-२ ॲगोनिस्ट इंजेक्शनच्या स्वरुपातदेखील उपलब्ध असतात. याचा फार झटपट परिणाम होत असल्यामुळे आणीबाणीच्या परिस्थितीत ही इंजेक्शन्स फार परिणामकारक ठरतात, पण यांचा परिणाम वीस मिनिटे इतकाच टिकतो.

● थंडीच्या दिवसांत घराबाहेर पडण्याआधी किंवा व्यायामाआधी जर ही औषधे इनहेलरच्या रुपात श्वासावाटे दोन ते तीन वेळा आत घेतल्यास साधारण चार तासापर्यंत अस्थम्याची लक्षणे दिसून येत नाहीत.

● बऱ्याच काळानंतर परिणाम दर्शविणाऱ्या औषधांमुळे मध्यरात्री किंवा पहाटे येणारा अस्थम्याचा ॲटॅक रोखला जाऊ शकतो. या औषधांचा परिणाम जवळजवळ बारा तासांपर्यंत टिकतो.

तोटे-

● या औषधांमुळे श्वसनमार्गास आलेली सुज कमी होत नाही, त्यामुळे या ओषधांबरोबर सुजनाशक (anti-inflammatory) औषधेही घ्यावी लागतात.

● या औषधांच्या अत्याधिक वापरामुळे शरीर या औषधांवर अवलंबून राहू लागते.

● ही औषधे थोड्या कालावधीकरताच परिणामकारक ठरतात. अस्थम्याची लक्षणे तीव्र स्वरुपाची असल्यास ही औषधे परिणामकारक ठरत नाहीत.

● ही औषधे गोळ्यांच्या स्वरुपात घेतल्यास त्यांचे तीव्र स्वरुपाचे अतिरिक्त परिणाम (side effects) दिसू शकतात. अस्वस्थपणा, छातीत धडधडणे, हृदयाचा वेग वाढणे, झोप येणे, हातपाय थरथरणे इत्यादि स्वरुपाचे अतिरिक्त परिणाम दिसू शकतात, परंतु ही औषधे इनहेलरच्या स्वरूपात घेतल्यास हे परिणाम खूपच्च कमी स्वरुपात आढळतात. औषधे बंद केल्यानंतर काही काळानंतर ही लक्षणे गायब होतात.

बीटा-२ ॲगोनिस्ट ही औषधे दोन प्रकारची असतात. त्वरित परिणाम करणारी (short acting) औषधे आणि बऱ्याच काळानंतर परिणाम करणारी (long acting) औषधे हे ते दोन प्रकार होत. टरब्यूटॅलिन (terbutaline) आणि सॅलब्यूटॅमॉल (salbutamol) ही त्वरीत परिणाम करणारी औषधे (short acting) मोठ्या प्रमाणावर

वापरली जातात. या औषधांविषयी विस्तृत माहिती पुढीलप्रमाणे:

टरब्यूटॅलिन *(terbutaline):-* हे औषध गोळ्या अथवा फवारारूपी इनहेलर (inhalation aerosol) या दोन स्वरुपात उपलब्ध असते. या गोळ्या हवाबंद डब्यात आणि गडद रंगाच्या डब्यात किंवा बाटलीत ठेवाव्यात, त्याचप्रमाणे या गोळ्या खोलीच्या तापमानाला (Room tempreture) राहतील याची दक्षता घ्यावी. श्वासावाटे घेण्याचा फवारा (inhalation aerosol)देखील खोलीच्या तापमानालाच राहील याची दक्षता घ्यावी. उष्णतेपासून या फवाऱ्याचे संरक्षण करावे.

घशातून येणारा 'घरघर' असा आवाज आणि श्वसनास होणारा त्रास टरब्यूटॅलिन या औषधामुळे कमी होतो. हे औषध श्वसनमार्गाच्या स्नायूंना शिथिल करते.

अतिरिक्त परिणाम (side effects):- बारीकसारीक स्वरुपाचे अतिरिक्त परिणाम या औषधाच्या सेवनामुळे दिसू शकतात. चिंता, अस्वस्थपणा, तोंडात वाईट चव जाणवणे, गरगरणे, डोके दुखणे, चिडचीड होणे, अचानक उष्णता जाणवणे (hot flushes), झोप न येणे, भूक न लागणे, मळमळणे, घाम येणे, उलट्या होणे, अशक्तपणा वाटणे या स्वरुपाचे परिणाम दिसू शकतात. शरीराला औषधाची सवय झाल्यानंतर ही लक्षणे गायब होतात.

औषध सुरू केल्यानंतर घशातील घरघर असा आवाज किंवा श्वसनास होणारा त्रास वाढल्यास ताबडतोब डॉक्टरांकडे जावे.

कधीकधी ही औषधे सुरू केल्यास छातीतील धडधडणे वाढू शकते तसेच काही व्यक्तींना स्नायूंमध्ये पेटके जाणवतात (muscular cramps). ही लक्षणे आढळल्यासदेखील ताबडतोब डॉक्टरांना दाखवावे.

तुम्ही आधी काही औषधे घेत असल्यास त्या औषधांची संपूर्ण माहिती डॉक्टरांना द्यावी, कारण टरब्यूटॅलिन हे औषध काही इतर औषधांच्या कार्यात अडथळा आणू शकते. उच्च रक्तदाब, हृदयरोग यावरील औषधे तसेच अर्धशिशीवरील औषधांच्या टरब्यूटॅलिनमुळे होणाऱ्या अतिरिक्त परिणामांमध्ये वाढ होते. मधुमेही रुग्णांच्या बाबतीत टरब्यूटॅलिन हे औषध सुरू केल्यास त्यांचा इन्सुलिनचा डोस किंवा मधुमेहावरील इतर औषधांचे प्रमाण योग्य प्रकारे कमीजास्त करावे लागते, त्यामुळे मधुमेही रुग्णांनी आपण घेत असलेल्या औषधांची माहिती डॉक्टरांना द्यावी. खालील परिस्थितीत टरब्यूटॅलिन डॉक्टरांच्या सल्ल्याशिवाय घेऊ नये :

- ॲम्फीटामाईन (amphetamine), एफिड्रिन (ephiedrine), एपिनेफ्रिन (epinephrine), स्युडोएफिड्रिन (pseudoephedrine) यांसारख्या काही औषधांची ॲलर्जी असल्यास डॉक्टरी सल्ल्याशिवाय टरब्यूटॅलिन घेऊ नये.
- मधुमेह, काचबिंदू (glaucoma), उच्च रक्तदाब, हृदयरोग, फीट येणे किंवा एपिलेप्सी (epilepsy), प्रोस्टेट ग्रंथींची (prostate) वाढ, थायरॉईड ग्रंथींचे आजार यापैकी कोणताही आजार

असल्यास डॉक्टरी सल्ल्याशिवाय टरब्यूटॅलिन घेऊ नये.

• तुमची शल्यक्रिया (operation/surgery) होणार असल्यास किंवा दातांसंबधी काही दंतशल्यचिकित्सा होणार असल्यास डॉक्टरी सल्ल्याशिवाय टरब्यूटॅलिन घेऊ नये.

• गर्भवती स्त्रियांनी तसेच बाळास स्तनपान देणाऱ्या मातांनी टरब्यूटॅलिनचा वापर काळजीपूर्वक, डॉक्टरी सल्ल्यानेच करावा.

फवारारूपी इनहेलरचा डबा तोडू नये किंवा त्यास भोक पाडण्याचा अथवा तो डबा जाळण्याचा प्रयत्न मुळीच करू नये. त्या डब्यातील औषध हे विशिष्ट दाबाखाली भरलेले असते, त्यामुळे डब्याला भोक पाडण्यासारखे उद्योग केल्यास स्फोट होण्याची शक्यता असते. डॉक्टरांनी ठरवून दिलेल्या डोसपेक्षा अधिक जास्त औषध घेऊ नये. डॉक्टरांनी सांगितलेल्या डोसप्रमाणे औषध घेऊन बरे न वाटल्यास डॉक्टरांना दाखवावे. स्वत:च्या मनाने औषधाचा डोस वाढवू नये.

सालब्यूटॅमॉल *(Salbutamol):-* या औषधाची कार्यपध्दती, अतिरिक्त परिणाम, इतर औषधांवरील परिणाम या औषधाबाबत घ्यावयाची काळजी या सर्व बाबींची माहिती टरब्यूटॅलिन या औषधाच्या माहितीसारखीच आहे.

बऱ्याच काळानंतर परिणाम करणाऱ्या (long acting) बीटा-२ ॲगोनिस्ट औषधांमध्ये सालमेटेरॉल (salmeterol) आणि एफॉमोटिरॉल (eformoterol) या औषधांचा समावेश होतो. बऱ्याच वेळा येणाऱ्या अस्थम्याच्या ॲटॅकवर नियंत्रण ठेवण्यासाठी तसेच रात्री येणाऱ्या

ॲटॅकवरील नियंत्रणासाठी ही औषधे वापरली जातात. कॉर्टिकोस्टिरॉईड्स (corticosteroid) सारखी सुजनाशक औषधे घेत असणाऱ्या रुग्णांबाबतही ही औषधे वापरली जातात. ही औषधे श्वसनमार्गास आलेली सुज कमी करत नाहीत. ही औषधे घेतल्यानंतर साधारण बारा तासांपर्यंत श्वसनमार्ग रुंदावलेला राहतो. या औषधांचा परिणाम सुरू होण्यास बराच वेळ लागतो, त्यामुळे त्वरित परिणाम दर्शविणारे बीटा-२ ॲगोनिस्ट औषधे सतत घरात ठेवावीत किंवा बाहेर जाताना जवळ बाळगावीत. असे केल्याने अचानक उदभ्वणाऱ्या अस्थम्याच्या ॲटॅकवर नियंत्रण ठेवता येते.

अस्थम्याच्या रात्री येणाऱ्या ॲटॅकमुळे झोपेत अडथळा येणाऱ्या आणि ज्यांना दिवसभरात बऱ्याच वेळा त्वरित परिणाम दर्शविणारी बीटा-२ ॲगोनिस्ट औषधे घ्यावी लागतात. अशा चार वर्षांवरील वयाच्या रुग्णांसाठी ही औषधे वापरली जातात. या औषधांच्या बऱ्याच कालावधीपर्यंत केलेल्या सेवनामुळे अस्थम्याच्या तीव्रतेत वाढ होते किंवा नाही हे मात्र अजून स्पष्ट झालेले नाही.

सालमेटेरॉल *(Salmeterol)*:- हे औषध फवारारूपी इनहेलरच्या स्वरुपात उपलब्ध असते. व्यायाम, ॲलर्जीकारक घटक, हिस्टॅमाईन्स (histamines) यांसारख्या अस्थम्यास उद्युक्त करणाऱ्या घटकांपासून हे औषध संरक्षण देते. फवारा मारुन श्वासावाटे आत घेतल्यानंतर जवळजवळ अर्ध्या तासानंतर या औषधाचा परिणाम सुरू होतो. या औषधाचा सर्वाधिक परिणाम (maximum effect) दोन तासांनंतर

दिसून येतो. याचा परिणाम साधारण दहा तासांकरिता टिकून राहतो. या औषधाची परिणामकारकता कमी होऊ शकते.

अतिरिक्त परिणाम- खालील स्वरुपाचे बारीकसारीक अतिरिक्त परिणाम दिसून येतात :

चिंता, डोके गरगरणे, झोप येणे, तोंड किंवा घसा कोरडा पडणे किंवा त्याचा क्षोभ (irritation) होणे, हृदयाच्या स्पंदनाचा वेग वाढणे, अचानक उष्णता जाणवणे (hot flushes), भूक कमी होणे, मळमळणे, खूप घाम येणे किंवा अशक्तपणा जाणवणे.

यापैकी बरेचसे अतिरिक्त परिणाम शरीराला औषधाची सवय झाल्यानंतर गायब होतात.

सालमेटेरॉल हे औषध इतर अनेक औषधांबरोबर क्रिया करते. बीटा ब्लॉकर्स या गटातल्या औषधांमुळे सालमेटेरॉल या औषधांची परिणामकारकता कमी होते. सर्दी, खोकला, सायनस (sinus), ॲलर्जी यासाठी दिली जाणारी औषधे सालमेटेरॉलमुळे होणाऱ्या अतिरिक्त परिणामांची तीव्रता वाढवितात.

***एफॉर्मोटिरॉल** (Eformoterol):*- या औषधाची कार्यपध्दती, अतिरिक्त परिणाम, इतर औषधांवरील परिणाम या सर्व बाबींची माहिती सायमेटेरॉल या औषधाच्या माहितीसारखीच आहे.

***मेथिलझॅन्थिन्स** (Methylxanthines):*- काही वर्षांपूर्वी अस्थम्यावर उपचार करण्यासाठी ही औषधे प्रामुख्याने वापरली जात असत. फुप्फुसांवर या औषधांचा नक्की कसा परिणाम होतो हे अर्जून

स्पष्ट झालेले नाही. ही औषधे फुफ्फुसातील मास्ट पेशींवर (mast cells) क्रिया करतात आणि त्यामुळे मास्ट पेशींमधून हिस्टामाईन (histamine) सारखी रसायने स्त्रवण्याच्या क्रियेला प्रतिबंध केला जातो. मेथिलझॅन्थिन्समुळे श्वसनमार्गाचे स्नायू शिथिल होतात आणि त्यामुळे श्वसनमार्ग रुंद होतो. ही औषधे सुजनाशक म्हणूनही काम करतात असे समजले जाते.

मेथिलझॅन्थिन्स या गटातील थिओफायलिन (theophylline) आणि अमायनोफायलिन (aminophylline) ही दोन औषधे प्रामुख्याने वापरली जातात. ही औषधे गोळ्या किंवा कॅप्सूलच्या स्वरुपात उपलब्ध असतात. कॅफीन (caffeine) हेदेखील मेथिलझॅन्थिन्स या औषधांच्या गटातील समजले जाते, त्यामुळे मेथिलझॅन्थिन्स या औषधांच्या गटातील औषधे सुरू केल्यानंतर चहा, कॉफी किंवा चॉकलेटच्या सेवनाच्या बाबत डॉक्टरी सल्ला घ्यावा.

अतिरिक्त परिणामः- औषधे घेणे बंद केल्यानंतर जवळजवळ सगळे अतिरिक्त परिणाम गायब होतात. औषधे सुरू केल्यांनतर जर मळमळणे, उलट्या होणे, जुलाब होणे, डोके दुखणे किंवा छातीत धडधडणे यांसारखे अतिरिक्त परिणाम दिसून आले तर मात्र ताबडतोब डॉक्टरांना दाखवावे. ही लक्षणे मेथिलझॅन्थिन्स गटातील औषधे विषासारखे कार्य करू लागल्याचे दर्शवितात (methylxanthine toxicity). त्याचप्रमाणे निद्रानाश, वारंवार करावे लागणारे मूत्रविसर्जन, पोट बिघडणे यांसारखे अतिरिक्त परिणाम दिसल्यासदेखील लगेच

डॉक्टरांना दाखवावे.

मेथिलझॅन्थिन्स या गटातील औषधे इतर बऱ्याच औषधांबरोबर क्रिया करतात. बीटा ब्लॉकर्स गटातील औषधांमुळे मेथिलझॅन्थिन्सची परिणामकारकता कमी होते. सर्दी, खोकला, सायनस यासाठी घेतलेल्या औषधांच्या अतिरिक्त परिणामांची तीव्रता मेथिलझॅन्थिन्समुळे वाढते. फीट येणे किंवा एपिलेप्सी (epilepsy) साठीच्या औषधांची परिणामकारकता मेथिलझॅन्थिन्समुळे कमी होते. अचानक केलेल्या बदलामुळे, उदाहरणार्थ प्रथिने जास्त प्रमाणात आणि पिष्टमय पदार्थ कमी प्रमाणात घेणे. मेथिलझॅन्थिन्सची परिणामकारकता कमी होते.

ॲण्टिकोलिनर्जिक्स *(Anticholinergics):-* या गटातील प्रामुख्याने वापरण्यात येणारी औषधे म्हणजे ॲट्रॉपिन (atropine) आणि आयप्रॅट्रॉपियम ब्रोमाईड (Ipratropium bromide). ॲट्रॉपिनमुळे खूप जास्त प्रमाणात अतिरिक्त परिणाम दिसून येतात, त्यामुळे हे औषध जास्त वापरले जात नाही.

सर्वसामान्यत: ॲण्टिकोलिनर्जिक्स गटातील औषधे बीटा-२ ॲगोनिस्टच्या बरोबर वापरली जातात. ॲण्टिकोलिनर्जिक्समुळे फुप्फुसातील व्हेगस नर्व्ह (vagus nerve) मधील विशिष्ट संग्राहक केंद्रे (receptors) उत्तेजित होतात, त्यामुळे श्वसनमार्गाचे स्नायू शिथिल होऊन श्वसनमार्ग रुंदावतो. त्याचप्रमाणे श्वसनमार्गास आलेली सुजही कमी होते.

आयप्रॅट्रॉपियम ब्रोमाईड हे नव्याने उदयास आलेले ॲण्टिकोलिनर्जिक्स

गटातील औषध असून याचे अतिरिक्त परिणाम कमी असतात, त्यामुळे बरेच डॉक्टर्स याचा वापर करतात.

अतिरिक्त परिणामः- तोंड व घसा कोरडा पडणे, घशातून 'घरघर' असा येणारा आवाज वाढणे हे अतिरिक्त परिणाम प्रामुख्याने आढळून येतात. व्यायाम किंवा इतर ॲलर्जीकारक घटकांमुळे उद्भवणाऱ्या अस्थम्यावर मात्र हे औषध प्रभावी ठरत नाही. या औषधांचा पूर्ण प्रभाव दिसून येण्यास तीस ते साठ मिनिटे लागतात.

सुजनाशक औषधे (Anti inflammatory medicines):-

साधारण एका दशकापूर्वी आंतरराष्ट्रीय तज्ज्ञांच्या एका गटाने अस्थम्याची समस्या आणि श्वसनमार्गास आलेली सुज यांचे अत्यंत निकटचे नाते असल्याचे प्रतिपादन केले होते, त्यामुळे अस्थम्याच्या लक्षणांना प्रतिबंध करण्यासाठी सुजनाशक औषधांचा वापर करावा असा सल्ला या तज्ज्ञांनी दिला होता.

सुजनाशक औषधे श्वसनमार्गातील सुजेच्या ठिकाणी खोलवर पोहोचून आपले कार्य करतात. या औषधांमुळे मास्ट पेशींमधून (mast cells) स्त्रवणाऱ्या रसायनांचे उत्पादन थांबते. ॲलर्जीकारक घटकांच्या सान्निध्यात आल्यामुळे मास्ट पेशी हे रसायन स्त्रवतात. सुजनाशक औषधे मास्ट पेशींवर कार्य करुन श्वसनमार्गास विविध ॲलर्जीकारक घटकांबाबतची असलेली संवेदनशीलता (sensitivity) सुजनाशक औषधे कमी करतात, त्यामुळे सुज येण्याचे प्रमाणही कमी होते आणि श्वसनमार्ग रुंद राहण्यास मदत होते. या गटातील

काही सुजनाशक औषधांचा परिणाम दिसून येण्यास काही दिवस किंवा काही आठवडेदेखील लागू शकतात, त्यामुळे औषधे सुरू केल्यानंतर थोड्याच दिवसांत जरी अस्थम्याच्या लक्षणांत सुधारणा आढळली नाही तरी औषधे लगेचच बंद करू नयेत.

सुजनाशक औषधांचे तीन प्रमुख प्रकार पडतात.

(१) स्टिरॉईड्स (steroids), (२) नॉनस्टिरॉईड्स (non-steroids) आणि (३) अॅलर्जीकारक औषधे (anti allergy)

स्टिरॉईड्स (steroids):-

स्टिरॉईड्स गोळ्या अथवा इनहेलर (inhaler)च्या स्वरुपात उपलब्ध असतात. गोळ्यांच्या स्वरुपातील स्टिरॉईड्सचे गंभीर स्वरुपाचे अतिरिक्त परिणाम होऊ शकतात, त्यामुळे स्टिरॉईड्सचा वापर करणे वाईट आहे असा गैरसमज अनेक लोकांच्या मनात असतो, परंतु ही गोष्ट खरी नाही. इनहेलरच्या स्वरुपातील स्टिरॉईड्समुळे होणारे अतिरिक्त परिणाम खूपच कमी असतात.

तोंडावाटे घेण्यात येणारी गोळ्यांच्या स्वरुपातील स्टिरॉईड्स:-

अतिशय गंभीर स्वरुपाच्या, नियंत्रणात न येणाऱ्या अस्थम्याच्या तीव्र अॅटॅकवरील शेवटचा उपाय म्हणून ही औषधे वापरली जातात. ही स्टिरॉईड्स नैसर्गिकरित्या अॅड्रिनल ग्रंथीमध्ये (Adrenal glands) तयार होत असतात. या नैसर्गिकरीत्या स्टिरॉईड्सच्या रासायनिक रचनेप्रमाणेच प्रयोगशाळेत तयार केलेल्या स्टिरॉईड्सची रासायनिक रचना (chemical composition) असते.

बीटामेथॅझोन (betamethasone), डेक्झॅमेथॅझोन (dexamethasone), कॉर्टिझोन (cortisone), हायड्रोकॉर्टिझोन (hydrocortisone), प्रेड्निझोन (predinisone) आणि मेथिलप्रेड्निझोलोन (methylprednisolone) ही सर्वसामान्यत: वापरली जाणारी स्टिरॉईड्स होत. तोंडावाटे घेण्यात येणाऱ्या सर्व स्टिरॉईड्समुळे गंभीर स्वरुपाचे अतिरिक्त परिणाम दिसू शकतात, विशेषत: अधिक काळापर्यंत ही औषधे घेतल्यास हे अतिरिक्त परिणाम तीव्रतेने आढळून येतात, म्हणून ही औषधे फार काळजीपूर्वक वापरली जातात.

या औषधांचा डोस अस्थम्याच्या तीव्रतेनुसार कमी-जास्त होतो. विविध प्रकारच्या तपासण्या केल्यानंतर डॉक्टर औषधांचा डोस ठरवितात. शरीराच्या स्टिरॉईड्स निर्मितीच्या नैसर्गिक वेळापत्रकाशी संतुलन साधण्यासाठी स्टिरॉईड्सच्या गोळ्यांचा डोस पहाटे घ्यावा. तीव्र स्वरुपाच्या अस्थम्याच्या बाबतीत मात्र हा डोस रात्रीसुध्दा घ्यावा लागू शकतो.

तोंडावाटे घेण्यात येणाऱ्या स्टिरॉईड्सचे फायदे-

- ही औषधे अतिशय प्रभावी सुजनाशके असतात.
- आणीबाणीच्या प्रसंगात ही औषधे अत्यंत प्रभावी आणि त्वरित परिणाम दर्शवणारी ठरतात.
- काही स्टिरॉईड्सचा परिणाम काही तासांनंतर सुरू होत असला तरी त्यांचा संरक्षणात्मक गुणधर्म (protective) बराच काळपर्यंत टिकून राहतो.

• अस्थम्याचा तीव्र अ‍ॅटॅक आल्यास त्यावर नियंत्रण मिळविण्याकरिता अगदी थोड्या कालावधीपुरती ही औषधे वापरली जातात.

या औषधांचे तोटे खूप आहेत. ही औषधे घेणे सुरू केल्यानंतर शरीरातील अ‍ॅड्रिनल ग्रंथी नैसर्गिक स्टिरॉईड्स निर्माण करणे बंद करतात. औषधे घेणे थांबवल्यानंतर नैसर्गिक स्टिरॉईड्स निर्मिती सुरू होण्यास वेळ लागतो. या कालावधीत थकवा, अशक्तपणा, अंग दुखणे किंवा ताप येणे यांसारखी लक्षणे दिसू शकतात. स्टिरॉईड्स बऱ्याच कालावधीकरिता घेत असल्यास ती घेणे एकदम बंद करू नये, तसे केल्यास धोका निर्माण होऊ शकतो. स्टिरॉईड्स बऱ्याच कालावधीकरिता घेत राहिल्यास अतिरिक्त परिणाम दिसून येतात, ते पुढीलप्रमाणे :

• शरीरात पाणी साठून राहणे वाढते. (fluid retention)

• ऑस्टिओपोरॉसिस (osteoporosis) हा विकार जडू शकतो. या विकारात हाडे ठिसूळ बनतात आणि पटकन मोडू शकतात.

• भूक वाढते, त्यामुळे वजन वाढते.

• उच्च रक्तदाबाचा त्रास सुरू होतो.

• रक्तातील साखरेची पातळी वाढते.

• स्नायू दुर्बल बनतात.

• पोटात अल्सर होण्याची शक्यता निर्माण होते.

• मोतीबिंदू होऊ शकतो.

● त्वचेत बदल होऊ शकतो. मुरुम येणे, चट्टे उठणे, त्वचा पातळ होऊन संवेदनशील बनणे इ.

● मुलांची वाढ खुंटणे.

● शरीराच्या विविध भागांवर केस उगवणे.

श्वासावाटे नाकातून आत घेण्याची इनहेलर स्वरुपी स्टिरॉईड्स

ही नाकावाटे प्रत्यक्ष श्वसनमार्गात घेतली जातात, त्यामुळे अधिक उपयुक्त असतात. ही औषधे फक्त श्वसनमार्गातच आपले कार्य करतात, त्यामुळे ही औषधे फार थोड्या प्रमाणात रक्तात मिसळली जातात. ही औषधे श्वसनमार्गास आलेली सुज कमी करतात. बऱ्याच वेळा डॉक्टर्स या औषधांबरोबर बीटा- २ ॲगोनिस्ट गटातील औषधेही देणे पसंत करतात. आधी बीटा- २ ॲगोनिस्ट गटातील औषधे श्वासावाटे आत घेतली जातात, त्यामुळे श्वसनमार्ग रुंदावतो. नंतर स्टिरॉईड्स श्वासावाटे आत घेतल्यानंतर ही स्टिरॉईड्स रुंदावलेल्या श्वसनमार्गात खोलवर जाऊन प्रभावीपणे आपले कार्य करतात.

श्वासावाटे आत घेण्याच्या स्टिरॉईड्सचे फायदे-

● या औषधांचे अतिरिक्त परिणाम खूप कमी असतात.

● ही औषधे नेब्यूलायझर (nebuliser) आणि कोरडी पावडर (dry powder) या स्वरुपांमध्ये उपलब्ध असतात, त्यामुळे ती अधिक परिणामकारक ठरतात.

● ही औषधे एक महिन्यापेक्षा अधिक कालावधीकरिता सातत्याने वापरल्यास श्वसनमार्गास आलेली सुज खूपच कमी होते.

● या औषधांमुळे श्वासोच्छ्वास सुरळीत होतो आणि श्वसनमार्गास ॲलर्जीकारक घटकांमुळे आलेली संवेदनशीलता (sensitivity) कमी होते.

या गटातील औषधांचे अतिरिक्त परिणाम गोळ्यांच्या स्वरुपातील स्टिरॉईड्सच्या अतिरिक्त परिणामांपेक्षा कमी असले तरीही अधिक कालावधीकरिता मोठ्या प्रमाणात वापर झाल्यास इनहेलरस्वरूपी स्टिरॉईड्समुळेदेखील अतिरिक्त परिणाम दिसू शकतात. सर्वसामान्यत: आढळणारा अतिरिक्त परिणाम म्हणजे कॅण्डिडियासिस (candidi-asis) हा विकार होय. या विकारात तोंडात एक प्रकारच्या बुरशीचा संसर्ग होतो. हा संसर्ग घशातही होतो. मधुमेही रुग्णांना तसेच या स्टिरॉईड्सबरोबर प्रतिजैविके (antibiotics) घेतल्यास हा संसर्ग खूप पटकन होतो. कॅण्डिडियासिस या विकारात घशात पांढरे चट्टे उठतात. तोंडात व घशात चिकट आणि वाईट चवीची भावना होते, घसा खवखवतो आणि गिळताना त्रास होतो.

कॅण्डिडियासिसचा त्रास टाळण्यासाठी प्रत्येक वेळी स्टिरॉईड श्वासावाटे आत घेतल्यानंतर खळखळून चुळा भराव्यात. घशात राहिलेला स्टिरॉईडचा अंश काढून टाकण्यासाठी गरम पाण्याने गुळण्या कराव्यात.

या गटातील प्रामुख्याने वापरली जाणारी स्टिरॉईड्स म्हणजे

बिक्लोमेथॅझोन (Beclomethasone), ब्यूडेसॉनाईड (Budesonide) आणि फ्लूटिकॅझोन (fluticasone) ही होत. या औषधांची विस्तृत माहिती पुढीलप्रमाणे :

बिक्लोमेथॅझोन *(Beclomethasone):-* हे औषध खूप मोठ्या प्रमाणात वापरले जाते. या औषधाचा डोस अस्थम्याच्या तीव्रतेवर आणि श्वासावाटे आत घेण्याच्या पद्धतीवर अवलंबून असतो. मीटर्ड डोस इनहेलरचा (metered dose inhaler) वापर केल्यास साधारणपणे पन्नास, शंभर किंवा अडीचशे मायक्रोग्रॅम औषध प्रत्येक इनहेलेशन (inhalation)साठी वापरले जाते. ऑटोहेलर (autohaler) वापरल्यास या औषधाचा प्रौढंकरिता डोस साधारणत: चारशे ते सहाशे मायक्रोग्रॅम एका दिवसासाठी असा असतो, तर लहान मुलांसाठी हा डोस एका दिवसाला दोन ते चारशे मायक्रोग्रॅम इतका असतो.

ब्यूडेसॉनाईड *(Budesonide):-* हे औषधही खूप परिणामकारक असून मोठ्या प्रमाणात वापरले जाते. एका दिवसाला चारशे मायक्रोग्रॅम एवढ्या डोसमुळे ज्यांचा अस्थमा नियंत्रणात येतो अशा प्रौढ व्यक्तींसाठी हे औषध सामान्यत: वापरले जाते. नेब्यूलायझरच्या (nebuliser) मदतीने तान्ह्या बाळांना व मुलांनादेखील हे औषध देता येऊ शकते.

मीटर्ड डोस इनहेलरचा वापर केल्यास साधारणत: प्रत्येक इनहेलेशनसाठी पन्नास ते दोनशे मायक्रोग्रॅम औषधाचा डोस दिला जातो. टरब्यूहेलर (turbuhaler)चा वापर केल्यास प्रौढांसाठी एका

दिवसाला चारशे ते चोवीसशे मायक्रोग्रॅम एवढा डोस वापरला जातो, तर लहान मुलांसाठी एका दिवसाला दोन ते आठशे मायक्रोग्रॅम एवढा डोस वापरला जातो.

फ्लूटिकॅझोन *(fluticasone)*:- हे औषध बिक्लोमेथॅझोन आणि ब्यूडेसॉनाईड या औषधांपेक्षा दुप्पट परिणामकारक असते. हे औषध सामान्यत: चार वर्षे वयापेक्षा मोठी मुले आणि प्रौढ व्यक्ती यांच्यासाठी वापरले जाते, विशेषत: खालीलपैकी एक जरी लक्षण रुग्णाबाबत आढळत असेल तर फ्लूटिकॅझोन हे औषध नक्कीच वापरले जाते.

- ऑस्टिओपोरॉसिस (osteoporosis)चा धोका संभवण्याची शक्यता अधिक प्रमाणात असल्यास
- स्टिरॉईडमुळे मोठ्या प्रमाणावर अतिरिक्त परिणाम दिसून येत असल्यास
- इतर औषधे वापरूनही अस्थमा नियंत्रणात येत नसल्यास
- फुप्फुसांची क्षमता खूपच कमी झालेली असल्यास

मीटर्ड डोस इनहेलरचा वापर केल्यास प्रत्येक इनहेलेशनकरिता पन्नास, एकशेपंचवीस किंवा दोनशे पन्नास मायक्रोग्रॅम एवढा डोस वापरला जातो. प्रौढ व्यक्ती किंवा सोळा वर्षे वयापेक्षा मोठ्या मुलांकरिता शंभर ते एक हजार मायक्रोग्रॅम औषध दिवसातून दोन वेळा दिले जाते. चार वर्षे वयापेक्षा छोट्या मुलांना पन्नास ते शंभर मायक्रोग्रॅम औषध दिवसातून दोन वेळा दिले जाते.

स्टिरॉईड्स नसलेली सुजनाशक औषधे (Non steroidal anti inflammatory):-

या औषधांना मास्ट सेल स्टॅबिलायझर (mast cell stabiliser) असेही म्हणतात. ही औषधे अस्थम्याच्या लक्षणांची तीव्रता कमी करण्यास मदत करतात आणि अधिक कालावधीकरिता वापरली जातात. ही औषधे मास्ट पेशींमधून (mast cells) स्त्रवणाऱ्या रसायनांची निर्मिती थांबवितात. ही औषधे मीटर्ड डोस इनहेलर, पावडर इनहेलर आणि नेब्यूलायझर या स्वरुपांत उपलब्ध असतात. नवीन प्रकारची सुजनाशक औषधे निर्माण करण्यासाठी मोठ्या प्रमाणावर संशोधन चालू आहे.

या औषधांचे खूप फायदे असतात, ते पुढीलप्रमाणे :

- इतर औषधांपेक्षा या औषधांचे अतिरिक्त परिणाम कमी असतात.
- या औषधांचा नियमित वापर केल्यास थंडी, ॲलर्जीकारक घटक इत्यादींमुळे श्वसनमार्गाच्या अंतर्गत भागास सुज येत नाही.
- सौम्य परंतु वारंवार होणाऱ्या अस्थम्यासाठी स्टिरॉईड्सच्याऐवजी ही औषधे वापरता येतात.
- लहान मुलांना प्रामुख्याने ॲलर्जीकारक घटकांमुळे अस्थम्याचा ॲटॅक येत असल्याने ही औषधे लहान मुलांवर उपचार करण्यासाठी उपयुक्त असतात.
- व्यायामाच्या अर्धा तास आधी ही औषधे घेतल्यास व्यायामामुळे

येणाऱ्या अस्थम्याच्या अ‍ॅटॅकला प्रतिबंध होऊ शकतो.

या औषधांचे तोटे पुढीलप्रमाणे :

● अस्थम्याचा अ‍ॅटॅक आल्यावर ही औषधे फारशी प्रभावी ठरत नाहीत. फक्त काही विशिष्ट घटकांमुळे येणाऱ्या अस्थम्याच्या अ‍ॅटॅकलाच ही औषधे नियंत्रित करू शकतात.

● ही औषधे दिवसातून चार वेळा घ्यावी लागतात, त्यामुळे एखादा डोस विसरण्याची शक्यता असते.

● यांचा परिणाम हळूहळू होतो. काही औषधांचा परिणाम सुरू होण्यास तीन ते सहा आठवडेदेखील लागू शकतात.

● या औषधांच्या वापरामुळे तोंडात वाईट चवीची भावना होत राहते.

● या औषधांमुळे घसा खवखवणे, त्वचेवर चट्टे उठणे, कोरडा खोकला, मळमळणे यासारखे बारीकसारीक अतिरिक्त परिणाम दिसून येऊ शकतात.

या गटातील प्रामुख्याने वापरली जाणारी औषधे पुढीलप्रमाणे:

सोडियम क्रोमोग्लायकेट (sodium chromoglycate):- उद्दीपकांच्या (triggers) सान्निध्यात आल्यास त्वरित येणारा अ‍ॅटॅक तसेच काही कालावधीनंतर येणारा अस्थम्याचा अ‍ॅटॅक या दोन्ही प्रकारच्या अस्थम्याच्या नियंत्रणासाठी हे औषध उपयुक्त ठरते. मास्ट पेशींमधून स्रवणाऱ्या विशिष्ट रसायनाची निर्मिती हे औषध थांबविते. साधारणत: ज्या मुलांना बऱ्याच वेळा अस्थम्याचा अ‍ॅटॅक येतो

त्यांच्यासाठी प्रतिबंधात्मक उपचार (preventive treatment) म्हणून हे औषध उपयुक्त ठरते. हे औषध प्रौढांच्या बाबतीतील सौम्य स्वरुपाच्या अस्थम्यावरदेखील प्रभावीपणे नियंत्रण ठेवू शकते.

हे औषध सामान्यत: मीटर्ड डोस इनहेलरचा वापर करुन घेतले जाते. काही देशांमध्ये हे औषध कोरड्या पावडरीच्या स्वरुपातही उपलब्ध आहे. या औषधांचे परिणाम एक ते दोन आठवड्यांनंतर दिसू लागतात. काही वेळेला या औषधांचे परिणाम चार आठवड्यांनंतरही दिसू शकतात. हे औषध एका दिवसात दोन किंवा तीन वेळा घेतले जाते व एका वेळेस दोन ते तीन इनहेलेशन्स इतके घेतले जाते. एका इनहेलेशनकरिता एक मिलिग्रॅम इतके औषध असा डोस सामान्यत: डॉक्टर्स पसंत करतात, अर्थातच अस्थम्याच्या तीव्रतेनुसार हा डोस कमी-जास्त केला जातो.

नेडोक्रोमिल सोडियम (Nedochromil Sodium):- या औषधाची रासायनिक संरचना (chemical composition) सोडियम क्रोमोग्लायकेट आणि स्टिरॉईड्सच्या रासायनिक संरचनेपेक्षा वेगळी असते. सोडियम क्रोमोग्लायकेटप्रमाणेच हे औषधदेखील अॅलर्जीकारक घटकांमुळे किंवा व्यायामामुळे येणाऱ्या अस्थम्याच्या अॅटॅकला प्रतिबंध करते.

प्रौढ व्यक्तींच्या बाबतीत सौम्य ते मध्यम (moderate) स्वरुपाच्या व लवकर बऱ्या न होणाऱ्या अस्थम्यासाठी तसेच दोन वर्षे वयापेक्षा मोठ्या मुलांसाठी हे औषध वापरण्याचा सल्ला दिला जातो. मीटर्ड

डोस इनहेलरचा वापर केल्यास साधारणत: एका इनहेलेशनकरिता दोन मिलिग्रॅम औषध घेतले जाते.

ॲलर्जी-विरोधी औषधे (Anti-allergic medicines):- वेगवेगळ्या प्रकारच्या ॲलर्जीवर नियंत्रण ठेवू शकतील अशी नवनवीन औषधे तयार करण्यासाठी मोठ्या प्रमाणावर संशोधन चालू आहे. या औषधांमुळे मास्ट पेशींमध्ये तयार होणाऱ्या विशिष्ट रसायनाचे स्त्रवणे थांबते. ही औषधे सौम्य ते मध्यम स्वरुपाच्या अस्थम्यास निंयत्रित करण्यासाठी उपयुक्त ठरु शकतील. या औषधांमुळे इतर प्रकारच्या औषधांची गरजही कमी होऊ शकेल. या बाबतीतील या औषधांचे फायदे नियमितपणे उपचार सुरू केल्यानंतर सामान्यत: दोन महिन्यांनंतर आढळून येतात.

फक्त ॲलर्जीकारक घटकांमुळे होणाऱ्या अस्थम्यासाठीच ही औषधे प्रभावी ठरतात, हा या औषधांचा प्रमुख तोटा आहे, त्याचप्रमाणे नाकावाटे आत घेण्याच्या इनहेलर स्वरुपी औषधांची गरजही ही औषधे कमी करू शकत नाहीत. उपचार सुरू झाल्यानंतर पहिले काही आठवडे ॲलर्जीविरोधी औषधांमुळे झोप येऊ शकते.

इतर औषधे (other medicines):-

ॲण्टिल्यूकोट्रिन (antileulcotriene) या नवीन प्रकारच्या औषधांच्या गटातील औषधे अस्थम्याच्या उपचारासाठी गेल्या काही वर्षांपासून वापरली जाऊ लागली आहेत. ल्यूकोट्रिन हे विशिष्ट रसायन सुज आलेल्या पेशींमध्ये तयार होते. ॲण्टिल्यूकोट्रिन या

गटात दोन प्रकारची औषधे असतात. एका प्रकारच्या औषधांमुळे ल्यूकोट्रिन या रसायनाची निर्मिती थांबते. दुसऱ्या प्रकारची औषधे सुज आलेल्या पेशींमधून स्त्रवणाऱ्या रसायनास विशिष्ट संग्राहक केंद्रापर्यंत (special receptors) पोहोचू देत नाहीत.

व्यायामाआधी किंवा थंड हवेशी अथवा ॲलर्जीकारक घटकांच्या संपर्कात येण्याआधी ही औषधे घेतल्यास त्यामुळे श्वसनमार्ग अरुंद बनण्यास प्रतिबंध होतो. त्वरित येणाऱ्या तसेच काही कालावधीनंतर येणाऱ्या अस्थम्याचे ॲटॅकचे प्रमाण ही औषधे कमी करतात. ही औषधे नवीन असल्यामुळे अनेक डॉक्टर्स ही औषधे सर्रासपणे वापरणे पसंत करित नाहीत.

ॲण्टिहिस्टॅमाईन्स (Antihistamines):- या गटातील औषधे हिस्टामाईन या रसायनाच्या क्रियेला प्रतिबंध करतात. हिस्टॅमाईन हे रसायन ॲलर्जीकारक घटकांच्या संपर्कात आल्यानंतर मास्ट पेशींमधून पाझरते. अस्थमा हा बव्हंशी ॲलर्जीकारक घटकांमुळे होत असल्याने ही औषधे अस्थम्यामुळे श्वसनमार्गाच्या अंत:त्वचेला आलेली सुज कमी करण्यासाठी वापरली जाऊ शकतात, अर्थात हे प्रत्येक वेळेस शक्य होईलच असे नाही. ॲण्टीहिस्टॅमाईन्समुळे अस्थमा अधिक गंभीर स्वरुप धारण करू शकतो. या औषधांमुळे श्वसनमार्गाची अंत:त्वचा कोरडी होते व त्यामुळे श्वसनमार्ग अरुंद होऊ शकतो. हे धोके टाळण्यासाठीच ही औषधे स्वत:च्या मनाने, डॉक्टरांना विचारल्याशिवाय घेऊ नयेत. साधी सर्दी असली तरी डॉक्टरी

सल्ल्याशिवाय ही औषधे घेऊ नयेत.

खालील परिस्थितीत ॲण्टिहिस्टॅमाईन्स ही औषधे घेऊ नयेत किंवा घ्यायचीच झाल्यास योग्य त्या डॉक्टरी सल्ल्यानेच घ्यावीत.

- तुम्हास एखाद्या औषधाची ॲलर्जी असल्यास
- गर्भवती असल्यास
- स्तनपान देणाऱ्या स्त्रिया
- इतर कोणती औषधे घेत असल्यास
- उच्च रक्तदाब, मधुमेह किंवा काचबिंदू (glaucoma) असणाऱ्या रुग्णांनी ही औषधे शक्यतो टाळलेलीच बरी.

डीकंजेस्टंट्स (Decongestants):-

सर्दी झालेली असताना चोंदलेले नाक मोकळे करण्यासाठी ही औषधे वापरली जातात. या औषधांमुळे सर्दीमुळे नाकाच्या आतील भागास आलेली सुज कमी होते व श्लेष्मल पदार्थांची निर्मितीदेखील कमी होते.

ही औषधे गोळ्या, पातळ औषधे, नाकात घालायचे थेंब किंवा फवाऱ्याच्या स्वरुपात उपलब्ध असतात. साध्या सर्दीसाठी ही औषधे अतिशय सर्रासपणे वापरली जातात. स्यूडोएफिड्रिन (pseudoephedrine), फेनिलएफ्रिन (phenylephrine), आणि फेनिलप्रोपॅनॉलअमाईन (phenylpropanolamine) ही या गटातील प्रामुख्याने वापरली जाणारी औषधे होत. या औषधांमुळे डोकेदुखी, थोडेफार अस्वस्थ वाटणे यांसारखे बारीकसारीक अतिरिक्त परिणाम दिसून येतात.

अस्थम्याच्या औषधांबरोबर ही औषधे घेतल्यास हे अतिरिक्त परिणाम अधिक तीव्रतेने दिसून येतात. ही औषधे खूप मोठ्या कालावधीकरिता घेतल्यास व औषधे घेणे थांबविल्यास नाक परत चोंदायला लागते.

एक्सपेक्टोरंट्स (expectorants) **आणि म्यूकोलायटिक्स** (mucolytics):-

श्वसनमार्गाच्या वरील भागात साचलेला श्लेष्मल पदार्थ पातळ करण्याचे काम एक्सपेक्टोरंट्स या गटातील औषधे करतात, त्यामुळे श्वसनमार्गात साचलेला हा श्लेष्मल पदार्थ बाहेर पडण्यास खूप मदत मिळते. म्यूकोलायटिक्स या गटातील औषधे श्वसनमार्गातील श्लेष्मल पदार्थ एक तर नष्ट करुन टाकतात किंवा विरघळवून टाकतात (dissolve).

या दोन्ही प्रकारच्या गटातील औषधांचे खूप प्रकार आहेत. प्रत्येक प्रकारच्या औषधामुळे वेगवेगळ्या प्रकारचे अतिरिक्त परिणाम दिसून येऊ शकतात. काही औषधांमुळे अस्थम्यामुळे सुज आलेल्या श्वसनमार्गात क्षोभ (irritation) निर्माण होऊ शकतो तर काही औषधांमुळे फुप्फुसात श्लेष्मल पदार्थाची निर्मिती होण्याचे प्रमाण वाढते, त्यामुळे विशेषत: दमेकरी रुग्णाने या दोन्ही प्रकारच्या गटांतील औषधे स्वत:च्या मनाने, डॉक्टरी सल्ल्याशिवाय घेऊ नयेत.

प्रतिजैविके (Antibiotics):-

ही औषधे जिवाणूंमुळे झालेल्या आजारांवर वापरली जातात. अस्थमा हा प्रामुख्याने विषाणूंच्या संसर्गामुळे होतो. प्रतिजैविके विषाणुजन्य

आजारांवर उपयुक्त ठरत नाहीत. प्रयोगशाळेमधील चाचण्यांमधून जिवाणूसंसर्ग झालेला आहे व त्यामुळे अस्थमासदृश लक्षणे दिसून येत असल्याचे सिध्द झाल्यास फक्त अशा परिस्थितीत प्रतिजैविके दिली जातात.

अँटासिड (Antacids):-

आम्लपित्तामुळे (acidity) छातीत जळजळ होत असल्यास डॉक्टर्स आम्लपित्तवरील उपचार म्हणून अँटासिड देतात. या औषधांमुळे पोटात (जठरात) अधिक प्रमाणावर होणाऱ्या आम्लाच्या निर्मितीस आळा घातला जातो. सिसाप्राईड (cisapride), ओमेप्रॅझोल (omeprazole), आणि रॅनिटिडाईन (ranitidine) ही प्रामुख्याने वापरली जाणारी अँटासिड्स आहेत.

❖

अस्थमा व्यवस्थापनाचे टप्पे

दम्याचे अथवा अस्थमाचे व्यवस्थापन प्रामुख्याने पाच टप्प्यांमधे केले जाते, ते पुढे विस्तृतपणे वर्णन केले आहेत.

अस्थम्याच्या तीव्रतेचे प्रमाण आजमावणे:-

अस्थम्याचा ॲटॅक येऊन गेल्यानंतर डॉक्टर तुमच्या अस्थम्याचे प्रमाण ठरवतील. अस्थम्याच्या तीव्रतेचे सौम्य स्वरुपाचा अधूनमधून होणारा अस्थमा (mild intermittent), सौम्य स्वरुपाचा सातत्याने होणारा अस्थमा (mild persistent), मध्यम स्वरुपाचा सातत्याने होणारा अस्थमा (moderate persistent) आणि तीव्र स्वरुपाचा/ गंभीर स्वरुपाचा सातत्याने होणारा अस्थमा (severe persistent) या चार गटांत वर्गीकरण केले जाते.

सौम्य स्वरुपाचा अधूनमधून होणारा अस्थमा (mild intermittent):-

या प्रकारच्या अस्थम्याची वैशिष्ट्ये पुढीलप्रमाणे :

- अस्थम्याचा ॲटॅक केव्हाही येऊ शकतो. दोन ॲटॅक्समधील

कालावधीत नियमितता नसते. आठवड्यातून दोनपेक्षाही कमी वेळा ॲटॅक येतो.

● अस्थम्याची तीव्र स्वरुपाची लक्षणे साधारण काही तासांपर्यंत किंवा काही दिवसांपर्यंत टिकतात व त्यांची तीव्रता दर वेळेस कमी-जास्त होत असते.

● रात्रीच्या वेळेस अस्थम्याचा ॲटॅक महिन्यातून दोनपेक्षाही कमी वेळा येतो.

● दोन ॲटॅक्सच्या मधील कालावधीत फुप्फुसाच्या कार्यक्षमतेविषयक चाचण्या केल्यास या चाचण्या फुप्फुसांची कार्यक्षमता सामान्य स्वरुपाची (normal) आहे असे दर्शवितात.

● फोर्सड् एक्स्पायरेटरी व्हॉल्यूम (forced expiratory volume) ऐंशी टक्क्यांपेक्षा अधिक असतो. फोर्सड् एक्स्पायरेटरी व्हॉल्यूम म्हणजे एका सेकंदात फुप्फुसातून किती हवा बाहेर फेकली जाते याचे मोजमाप.

सौम्य स्वरुपाचा सातत्याने होणारा अस्थमा (mild persistent):-

या प्रकारच्या अस्थम्याची वैशिष्ट्ये पुढीलप्रमाणे :

● कमीत कमी आठवडयातून एकदा तरी अस्थम्याचा ॲटॅक येतो.

● अस्थम्याच्या तीव्र स्वरुपाच्या लक्षणांमुळे दैनंदिन कार्यात आणि झोपेत अडथळा येतो.

● महिन्यातून दोनपेक्षाही अधिक वेळा रात्री अस्थम्याचा अ‍ॅटॅक येतो.

● फोर्सड् एक्सपायरेटरी व्हॉल्यूम ऐंशी टक्क्यांहून अधिक असतो, परंतु त्याचे प्रमाण साधारण वीस टक्क्यांपर्यंत बदलू शकते.

मध्यम स्वरुपाचा सातत्याने होणारा अस्थमा (moderate persistent):-

या प्रकारच्या अस्थम्याची वैशिष्ट्ये पुढीलप्रमाणे :

● जवळजवळ रोज अस्थम्याची लक्षणे आढळून येतात.

● अस्थम्याच्या तीव्र स्वरुपाच्या लक्षणांमुळे दैनंदिन कार्यात खूप मोठा अडथळा येतो आणि ही लक्षणे काही दिवसांपर्यंत टिकून राहू शकतात.

● आठवड्यातून एकपेक्षाही अधिक वेळा रात्रीच्या वेळेस अस्थम्याचा अ‍ॅटॅक येतो.

● फोर्सड् एक्सापायरेटरी व्हॉल्यूमचे मोजमाप साठ टक्के ते ऐंशी टक्के इतके असते.

तीव्र/गंभीर स्वरुपाचा सातत्याने होणारा अस्थमा (severe persistent):-

या प्रकारच्या अस्थम्याची वैशिष्ट्ये पुढीलप्रमाणे :

● अस्थम्याची लक्षणे सातत्याने दिसतात.

● अस्थम्याची तीव्र स्वरुपाची लक्षणे खूप वेळा आढळून येतात.

● रात्रीच्या वेळेस येणाऱ्या अस्थम्याच्या ॲटॅकची वारंवारिता (frequency) खूप अधिक असते.

● फोर्सड् एक्सपायरेटरी व्हॉल्यूमचे मोजमाप साठ टक्क्यांपेक्षा कमी असते परंतु काही वेळेस हे मोजमाप कमी-जास्त होऊ शकते.

फुप्फुसांची कार्यक्षमता शक्य तितकी वाढवावी:-

अस्थम्याची तीव्रता आजमावल्यानंतर तुमचा अस्थमा नियंत्रणात आणण्यासाठी डॉक्टर योग्य ती औषधे तुम्हास देतील. या औषधांमुळे तुमच्या फुप्फुसांची कार्यक्षमता वाढेल. फुप्फुसांची कार्यक्षमता वाढणे हे वय, शरीर प्रकृती इत्यादी अनेक घटकांवर अवलंबून असते. फुप्फुसांची कार्यक्षमता सर्वाधिक वाढली (best lung function) की औषधांचा डोस इतका कमी केला जातो की, त्या डोसद्वारे अस्थमाही नियंत्रणात राहतो आणि फुप्फुसेही सर्वाधिक प्रमाणात कार्यक्षम राहतात.

या टप्प्याचे पहिले उद्दिष्ट म्हणजे श्वसनमार्गास आलेली सुज शक्य तितकी कमी करणे. स्पायरोमेट्रीच्या चाचणीत फोर्सड् एक्सपायरेटरी व्हॉल्यूमचे मोजमाप सामान्य मोजमापाच्या (normal) ऐंशी टक्कयांहून कमी असल्यास किंवा तुमच्या फोर्सड् एक्सपायरेटरी व्हॉल्यूमचे मोजमाप ब्रॉन्कोडायलेटर्स या गटातील औषधे घेतल्यानंतर पंधरा मिनिटांनी बदलल्यास डॉक्टर तुम्हास श्वसनमार्गास आलेली सुज कमी करण्यासाठी योग्य ती औषधे देतील. स्पायरोमेट्री ही एक सोपी चाचणी असून या चाचणीचे वर्णन यापूर्वी केलेले आहे.

डॉक्टर अस्थम्याच्या तीव्रतेनुसार कोणती औषधे योग्य ठरतील हे ठरवितात. अस्थम्याच्या तीव्रतेनुसार उपचार करताना कोणती औषधे कशा प्रकारे योजली जातात याचे विस्तृत वर्णन पुढे दिली आहे.

(१) इनहेलर स्वरुपी त्वरित कार्य करणाऱ्या बीटा-२ ॲगोनिस्ट्स या औषधांचा अधूनमधून वापर (occasional use of inhaled short acting beta 2 agonists)-

तुम्हास अगदीच सौम्य स्वरुपाचा अस्थमा असल्यास डॉक्टर तुम्हास सालब्यूटमॉल किंवा टरब्यूटॅलिन यासारखी त्वरित कार्य करणारी ब्रॉन्कोडायलेटर्स गटातील औषधे देण्याची शक्यता असते. ही औषधे श्वासावाटे आत घेतली जातात. फक्त बीटा-२ ॲगोनिस्ट्स या औषधांच्या अधूनमधून केलेल्या वापरामुळे जर रुग्णाच्या दैनंदिन कार्यात, झोपेत अडथळा येत नसेल किंवा व्यायामानंतर त्रास होत नसेल तर अशा रुग्णांना फक्त बीटा-२ ॲगोनिस्ट्स हीच औषधे दिली जातात. ही औषधे श्वासावाटे आत घेण्याची गरज जर प्रतिदिनी एकापेक्षा जास्त वेळा किंवा आठवड्यातून तीन किंवा त्यापेक्षा अधिक वेळा भासू लागली तर मात्र औषधोपचार बदलावे लागतात, अशा वेळेस करण्यात येणारी औषधयोजना पुढीलप्रमाणे-

(२) इनहेलरस्वरुपी स्टिरॉईड्सचा नियमित वापर (Regular use of inhaled steroids)-

या टप्प्यांवर जेव्हा जेव्हा गरज भासेल तेव्हा त्वरित कार्य

करणाऱ्या बीटा-२ ॲगोनिस्ट्स या औषधांच्या जोडीने इनहेलर स्वरुपी सुजनाशक स्टिरॉईड्स दिली जातात. बिक्लोमेथॅझोन, ब्यूडेसोनाईड, किंवा फ्लूटिकॅझोन यांपैकी कोणतीही स्टिरॉईड्स दिली जाऊ शकतात. सामान्यत: प्रौढांना साधारण आठशे मायक्रोग्रॅम प्रतिदिनी एवढे औषध दिले जाते. लहान मुलांच्या बाबतीत इनहेलर स्वरुपी स्टिरॉईड्सच्या ऐवजी सोडियम क्रोमोग्लायकेट किंवा नेडोक्रोमिल सोडियम ही औषधे वापरली जाऊ शकतात.

(३) इनहेलरस्वरुपी स्टिरॉईड्सचा जास्त प्रमाणात वापर (High dose of inhaled steroids)-

अधिक तीव्रतेच्या अस्थम्यासाठी इनहेलरस्वरुपी त्वरित कार्य करणाऱ्या बीटा-२ ॲगोनिस्ट्स या औषधांबरोबर इनहेलर स्वरुपी स्टिरॉईड्सचा डोस अधिक प्रमाणात दिला जातो. इनहेलरस्वरुपी स्टिरॉईड्सचा अशा परिस्थितीतील डोस सामान्यत: एका दिवसाला आठशे ते दोन हजार मायक्रोग्रॅम एवढा प्रौढ व्यक्तीसाठी असा असतो. मीटर्ड डोस इनहेलरचा वापर करुन जर स्टिरॉईड्स जास्त प्रमाणात घ्यावयाची असतील तर मोठ्या (large) व्हॉल्यूम स्पेसर (volume spacer)चा वापर करावा. कोरडी पावडर वापरावयाची असल्यास इनहेलेशन करुन झाल्यावर प्रत्येक वेळी खळखळून चुळा भराव्यात, त्यामुळे कॅण्डिडियासिस होण्याची शक्यता कमी होते.

(४) ब्रॉन्कोडायलेटर्सचा नियमित वापर आणि इनहेलरस्वरुपी स्टिरॉईड्सचा मोठा डोस (high dose of

inhaled steroids and regular use of bronchodilators) -

तीव्र स्वरुपाच्या अस्थम्याच्या उपचार करताना जरुरीप्रमाणे त्वरित कार्य करणाऱ्या बीटा-२ ॲगोनिस्ट्स या औषधांच्या जोडीने इनहेलरस्वरुपी स्टिरॉईड्सचा मोठा डोस तर दिला जातोच, परंतु त्याच्या बरोबरीने ब्रॉन्कोडायलेटर्सचा नियमितपणे वापर करण्यास रुग्णास सांगितले जाते. ब्रॉन्कोडायलेटर्स या औषधगटातील औषधांचे विविध प्रकार असून त्यांचे कार्यही वेगवेगळ्या स्वरुपाचे असते, त्यामुळे अस्थम्याचे नियंत्रण करण्यासाठी डॉक्टर खालीलप्रमाणे एक किंवा अधिक औषधे रुग्णास देण्याची शक्यता असते.

● सालमेटेरॉल (salmeterol) किंवा फॉर्मोटेरॉल (formoterol) सारखी बऱ्याच कालावधीनंतर कार्य करणारी (long acting) बीटा-२ ॲगोनिस्ट्स

● हळूहळू परिणाम दर्शविणारे (sustained release) थियोफायलिन (theophylline).

● इनहेलरस्वरुपी इप्राट्रोपियम ब्रोमाईड (ipratropium bromide) किंवा ऑक्सिट्रोपियम ब्रोमाईड(oxitropium bromide)

● बऱ्याच कालावधीनंतर कार्य करणारी तोंडावाटे घेण्याची सालब्यूटॅमॉल किंवा टरब्यूटॅलिन असलेली औषधे ही औषधे बीटा-ॲगोनिस्टस गटातील असतात.

● इनहेलर स्वरुपी ब्रॉन्कोडायलेटर्सचा मोठ्या प्रमाणातील डोस

• सोडियम क्रोमोग्लायकेट किंवा नेडोक्रोमिल सोडियम

(५) इतर औषधांच्या जोडीस तोंडावाटे पोटात घेण्याच्या स्टिरॉईड्सची भर (Addition of oral steroids)-

अति गंभीर स्वरुपाच्या अस्थम्याच्या उपचारासाठी इतर औषधांच्या जोडीने तोंडावाटे घेण्याची स्टिरॉईड्सही दिली जातात. अशा गंभीर परिस्थितीत खालील प्रकारे उपचार केले जातात.

(अ) इनहेलरस्वरूपी त्वरित कार्य करणारी जरुरीनुसार योग्य ती बीटा-२ ॲगोनिस्ट्स

(ब) मोठ्या प्रमाणातील इनहेलरस्वरुपी स्टिरॉईड्सचा डोस- हा डोस साधारण प्रतिदिनी आठशे ते दोन हजार मायक्रोग्रॅम एवढा असतो.

(क) बऱ्याच कालावधीनंतर कार्य करणारी एक किंवा अधिक ब्रॉन्कोडायलेटर्स

(ड) प्रेड्निझोलोन (prednisolone) सारखी तोंडावाटे घ्यावयाची स्टिरॉईड्स

तोंडावाटे घेण्यात येणाऱ्या स्अिरॉईड्सचा डोस अस्थम्यावर नियंत्रण ठेवता येईल व अतिरिक्त परिणामही जास्त येणार नाहीत अशी काळजी घेऊन शक्य तितका कमी ठेवला जातो.

अस्थम्यास उद्युक्त करणारे घटक टाळून आपली फुप्फुसे शक्य तितकी अधिक कार्यक्षम राहतील याची काळजी घेणे. (maintain best lung function by avoiding asthama triggers)-

औषधांच्या मदतीने अस्थम्यावर नियंत्रण मिळविल्यानंतर आपल्या फुप्फुसांची कार्यक्षमता शक्य तितकी वाढविण्यासाठी डॉक्टरी सल्ल्यानुसार प्रयत्न करावे. फुप्फुसे शक्य तितकी अधिक कार्यक्षम झाल्यानंतर त्यांची कार्यक्षमता तशीच राहील, कमी होणार नाही, याची काळजी घ्यावी, त्यासाठी अस्थम्यास उद्युक्त करणारे घटक ओळखून त्या घटकांशी संपर्क टाळण्यासाठी कशा प्रकारे काळजी घ्यावी, पर्यावरणातील अस्थम्यास उद्युक्त करणाऱ्या घटकांवर नियंत्रण कसे ठेवावे यासंबंधीचे विवेचन याआधी केलेले आहे.

औषधांचा कमीतकमी वापर करुन फुप्फुसे शक्य तितकी अधिक कार्यक्षम राखणे (maintain best lung function with minimum medicines)-

अस्थम्याची लक्षणे नियंत्रणात आल्यानंतर साधारण तीन ते सहा महिन्यांनंतर डॉक्टर तुमच्या शरीरप्रकृतीनुसार औषधांचा डोस कमी करतील आणि खालील बाबींचे निरीक्षण करुन त्यानुसार हा कमी केलेला डोस अस्थम्याचे नियंत्रण करण्यास योग्य आहे किंवा नाही हे ठरवतील, त्या बाबी पुढीलप्रमाणे :

- अस्थम्याची लक्षणे दिसून येत नाहीत किंवा ही लक्षणे कमीतकमी तीव्रतेची असतात.
- आठवड्यातून तीनपेक्षाही कमी वेळा औषधांची गरज भासते.
- मध्यरात्री अथवा पहाटे अस्थम्याचा ॲटॅक येत नाही.
- अस्थम्याच्या औषधांचे अतिरिक्त परिणाम दिसून येत नाहीत

किंवा अगदीच कमी प्रमाणात आढळतात.

● फुप्फुसाच्या कार्यक्षमताविषयक चाचण्या केल्यावर फुप्फुसांची कार्यक्षमता सर्वसामान्य (normal) असल्याचे आढळून येते किंवा सर्वसामान्यतेच्या जवळपास असल्याचे आढळते.

कृतिशील आराखडा तयार करावा (Develop an action plan)-

अस्थम्याची लक्षणे सातत्याने आढळून येत नाहीत, त्यामुळे या लक्षणांची सुरवात झाल्याझाल्या ती ताबडतोब लवकरात लवकर ओळखता येणे फार महत्वाचे आहे. ही लक्षणांची सुरवात लवकर ओळखून त्यावर योग्य ते औषधोपचार करावेत. कृतिशील आराखडा तयार केल्यामुळे प्रतिबंधात्मक औषधांचा डोस केव्हा वाढवावा आणि डॉक्टरी सल्ला कधी घ्यावा हे ठरविण्यासाठी मदत मिळते. अस्थम्याची लक्षणे तीव्र झाल्यास तुमच्या ठायी खालीलपैकी एक किंवा अधिक लक्षणे दिसू शकतात.

● अस्थम्याच्या ॲटॅकची वारंवारिता वाढते तसेच लक्षणांची तीव्रताही विशेषत: रात्रीच्या वेळेस वाढते.

● ब्रॉन्कोडायलेटर्सचा डोस वाढविण्याची गरज वरचेवर भासू लागते.

● ब्रॉन्कोडायलेटर्सच्या वापरामुळेही अस्थम्याची लक्षणे आटोक्यात येत नाहीत.

● पीक फ्लोच्या मोजमापांद्वारे अस्थम्याची लक्षणे तीव्र होत

निष्कर्ष

अनेक लोकांची अशी समजूत असते की अस्थम्यामुळे त्यांची दैनंदिन कामे होऊ शकत नाहीत. या गैरसमजातून अस्थम्याविषयी भीती उत्पन्न होते. ही भीती अनाठायी आहे. नवनवीन औषधे व तंत्रज्ञानाच्या साहाय्याने जवळजवळ अस्थम्याचे सगळे रुग्ण आपले जीवन सर्वसामान्य लोकांप्रमाणेच सहजतेने व्यतीत करू शकतात. अस्थम्यास आपल्या आयुष्याचे नियंत्रण करू न देता आपण अस्थम्याचे योग्य व्यवस्थापन करून अस्थम्यावर नियंत्रण मिळवावे. हे पुस्तक तुम्हास अशाप्रकारे अस्थम्यावर नियंत्रण ठेवण्यास मदत करील, अशी आशा आहे.

❖

असल्याचे संकेत मिळतात.

पीक फ्लोच्या मोजमापानुसार अस्थम्याचे व्यवस्थापन करण्यासाठी कृतिशील आराखडा बनविण्यात येतो. रुग्णांनी आपल्या घरी पीक फ्लो मीटर हे यंत्र बाळगावे व या यंत्राद्वारे नियमितपणे पीक फ्लोचे मोजमाप घेत जावे. हे एक स्वस्त व वापरण्यास सोपे यंत्र आहे आणि अस्थम्याचे व्यवस्थापन करताना या यंत्राची खूप मदत होते. पीक फ्लोच्या मोजमापांनुसार अस्थम्याच्या लक्षणांच्या बदलत्या तीव्रतेसाठी ज्या मार्गदर्शक सूचनांनुसार औषधोपचार योजले जातात त्या मार्गदर्शक सूचना खालीलप्रमाणे आहेत.

- पीक फ्लोचे मोजमाप तुमच्या सर्वोत्तम मोजमापाच्या (best reading) ऐंशी टक्के किंवा अधिक असल्यास आणि अस्थम्याची तीव्रता वाढत नसल्यास आधी सुरू असलेली औषधेच तशीच चालू ठेवण्यास सांगितले जाते.
- पीक फ्लोचे मोजमाप तुमच्या सर्वोत्तम मोजमापाच्या साठ टक्के ते ऐंशी टक्के इतके असल्यास आणि लक्षणे थोडी तीव्र झाल्यास किंवा श्वसनमार्गाच्या वरील भागास जंतुसंसर्ग होणे सुरू झाल्यास प्रतिबंधात्मक औषधे सुरू करावीत अथवा आधी घेत असल्यास त्या औषधांचा डोस दुप्पट करावा.
- पीक फ्लोचे मोजमाप तुमच्या सर्वोत्तम मोजमापाच्या चार टक्के ते साठ टक्के इतके असल्यास ताबडतोब डॉक्टरांच्या सल्ल्याने तोंडावाटे पोटात घेण्याची स्टिरॉईड्स सुरू करावीत.या टप्प्यावर

तुम्हाला रात्रीच्या वेळेस अस्थम्याचा ॲटॅक येऊ शकतो किंवा दर तीन ते चार तासांनी ब्रॉन्कोडायलेटर्स घेण्याची गरज भासते.

● पीक फ्लोचे मोजमाप तुमच्या सर्वोत्तम मोजमापाच्या चाळीस टक्के अथवा त्याहून कमी असेल आणि ब्रॉन्कोडायलेटर्स परिणामकारक ठरत नसतील तर तुम्हास ताबडतोब वैद्यकीय सल्ल्याची आणि डॉक्टरांच्या मदतीची गरज आहे असे समजावे.

या कृतिशील आराखड्यात अस्थम्यास उद्युक्त करणाऱ्या घटकांचे सान्निध्य टाळण्याबाबतचे प्रतिबंधात्मक उपाय आणि डॉक्टरी तपासणीच्या वेळापत्रकाचा समावेश असावा.

आणीबाणीची परिस्थिती उद्‌भवली आहे हे ओळखण्याचे निकष-

अस्थमा नियंत्रणात न आल्यास अथवा लक्षणांची तीव्रता वाढत जात असल्यास आणीबाणीच्या उपचारपद्धतीचा अवलंब करावा लागतो. आणीबाणीची परिस्थिती उद्‌भवली आहे हे ओळखण्याचे निकष खाली दिले आहेत.

● त्वरित कार्य करणाऱ्या ब्रॉन्कोडायलेटर्समुळे अस्थम्याची लक्षणे आटोक्यात न येणे.

● खोकला, छातीतून किंवा घशातून घरघर आवाज येणे, श्वासोच्छ्‌वासास त्रास होणे या सर्व लक्षणांमुळे बोलतानाही त्रास होतो.

● श्वासोच्छ्‌वासासाठी अधिक प्रयत्न करावे लागल्यामुळे थकवा जाणवणे.

● श्वसनास त्रास झाल्यामुळे बरगड्या आणि मानेच्या मर्ध स्नायूंचे आकुंचन होऊन छातीत आवळल्यासारखी भावना होणे.

● अस्थम्याच्या लक्षणांमुळे झोपेत अडथळा येणे, दैनं कार्यात अडथळा येणे अथवा दैनंदिन कामे करू न शकणे.

● पीक फ्लोचे मोजमाप सर्वोत्तम मोजमापाच्या पन्नास टक्क्यां कमी असणे.

● विश्रांती घेतल्यानंतरही अस्थम्याच्या लक्षणांची तीव्रता क न होणे.

● ओठ आणि नखे निळी पडणे.

औषधांना प्रतिसाद न देणारे, दीर्घकाळ टिकून राहणारे अस्थम्य ॲटॅक जीवघेणेही ठरू शकतात. औषधांचा परिणाम न होणा अस्थम्याचा ॲटॅक आल्यास अशा परिस्थितीला 'स्टेटस अस्थमॅटिक (status asthmaticus) असे म्हणतात. अशा वेळी तातडी आणीबाणीचे उपचार योजावे लागतात, कारण अशा परिस्थिते रुग्णाच्या रक्तातील प्राणवायूची (oxygen) पातळी खालावते आ कार्बन डायऑक्साईड (carbon dioxide) वायूचे प्रमाण वाढू लाग त्यामुळे रुग्णास चक्कर येते किंवा झोप येऊ लागते.

रुग्णांनी डॉक्टरांनी दिलेली औषधे वेळेवर न घेतल्यास आणीबाणीच्या परिस्थितीत तातडीने औषधोपचार न झाल्यास परिस्थितीतच फक्त अस्थमा हा जीवघेणा आजार ठरू शकतो

असल्याचे संकेत मिळतात.

पीक फ्लोच्या मोजमापानुसार अस्थम्याचे व्यवस्थापन करण्यासाठी कृतिशील आराखडा बनविण्यात येतो. रुग्णांनी आपल्या घरी पीक फ्लो मीटर हे यंत्र बाळगावे व या यंत्राद्वारे नियमितपणे पीक फ्लोचे मोजमाप घेत जावे. हे एक स्वस्त व वापरण्यास सोपे यंत्र आहे आणि अस्थम्याचे व्यवस्थापन करताना या यंत्राची खूप मदत होते. पीक फ्लोच्या मोजमापांनुसार अस्थम्याच्या लक्षणांच्या बदलत्या तीव्रतेसाठी ज्या मार्गदर्शक सूचनांनुसार औषधोपचार योजले जातात त्या मार्गदर्शक सूचना खालीलप्रमाणे आहेत.

- पीक फ्लोचे मोजमाप तुमच्या सर्वोत्तम मोजमापाच्या (best reading) ऐंशी टक्के किंवा अधिक असल्यास आणि अस्थम्याची तीव्रता वाढत नसल्यास आधी सुरू असलेली औषधेच तशीच चालू ठेवण्यास सांगितले जाते.
- पीक फ्लोचे मोजमाप तुमच्या सर्वोत्तम मोजमापाच्या साठ टक्के ते ऐंशी टक्के इतके असल्यास आणि लक्षणे थोडी तीव्र झाल्यास किंवा श्वसनमार्गाच्या वरील भागास जंतुसंसर्ग होणे सुरू झाल्यास प्रतिबंधात्मक औषधे सुरू करावीत अथवा आधी घेत असल्यास त्या औषधांचा डोस दुप्पट करावा.
- पीक फ्लोचे मोजमाप तुमच्या सर्वोत्तम मोजमापाच्या चार टक्के ते साठ टक्के इतके असल्यास ताबडतोब डॉक्टरांच्या सल्ल्याने तोंडावाटे पोटात घेण्याची स्टिरॉईड्स सुरू करावीत.या टप्प्यावर

तुम्हाला रात्रीच्या वेळेस अस्थम्याचा अॅटॅक येऊ शकतो किंवा दर तीन ते चार तासांनी ब्रॉन्कोडायलेटर्स घेण्याची गरज भासते.

● पीक फ्लोचे मोजमाप तुमच्या सर्वोत्तम मोजमापाच्या चाळीस टक्के अथवा त्याहून कमी असेल आणि ब्रॉन्कोडायलेटर्स परिणामकारक ठरत नसतील तर तुम्हास ताबडतोब वैद्यकीय सल्ल्याची आणि डॉक्टरांच्या मदतीची गरज आहे असे समजावे.

या कृतिशील आराखड्यात अस्थम्यास उद्युक्त करणाऱ्या घटकांचे सान्निध्य टाळण्याबाबतचे प्रतिबंधात्मक उपाय आणि डॉक्टरी तपासणीच्या वेळापत्रकाचा समावेश असावा.

आणीबाणीची परिस्थिती उद्‌भवली आहे हे ओळखण्याचे निकष-

अस्थमा नियंत्रणात न आल्यास अथवा लक्षणांची तीव्रता वाढत जात असल्यास आणीबाणीच्या उपचारपद्धतीचा अवलंब करावा लागतो. आणीबाणीची परिस्थिती उद्‌भवली आहे हे ओळखण्याचे निकष खाली दिले आहेत.

● त्वरित कार्य करणाऱ्या ब्रॉन्कोडायलेटर्समुळे अस्थम्याची लक्षणे आटोक्यात न येणे.

● खोकला, छातीतून किंवा घशातून घरघर आवाज येणे, श्वासोच्छ्वासास त्रास होणे या सर्व लक्षणांमुळे बोलतानाही त्रास होतो.

● श्वासोच्छ्वासासाठी अधिक प्रयत्न करावे लागल्यामुळे थकवा जाणवणे.